INSIGHT PUBLICA®

INSIGHT PUBLICA
Nadakkavu, Kozhikode, Kerala
Tel:0495–4020666
www.insightpublica.com
e-mail: insightpublica@gmail.com
Kappipoo Manamulla Pennu
(Malayalam Stories)
Deepa Krishnakumar Pazhayakattu
First Edition: March 2021

ISBN 978-93-90535-98-9
Printed and Published by
Insightinpublica Printers & Publishers Pvt. Ltd.

കാപ്പിപ്പൂ മണമുള്ള പെണ്ണ്

ദീപാ കൃഷ്ണകുമാർ പഴയകാട്ട്

INSIGHT PUBLICA®

ചേർത്തലയ്ക്കടുത്തുള്ള കണിച്ചുകുളങ്ങര ഗ്രാമത്തിൽ പഴയകാട്ട് ശ്രീ രാമചന്ദ്രദാസിന്റേയും കൃഷ്ണവിലാസത്തിൽ ശ്രീമതി വത്സല കുമാരിയുടേയും മകൾ, പൊക്ലാശ്ശേരി എൽ പി സ്കൂളിലും കണിച്ചുകുളങ്ങര girls സ്കൂളിലുമായി പ്രാഥമിക വിദ്യാഭ്യാസം, ആലപ്പുഴ UITയിൽ നിന്ന് business administrationനിൽ ബിരുദവും കൊല്ലം അമൃത instituteൽ നിന്ന് computer applicationനിൽ ബിരുദാനന്തരബിരുദവും കരസ്ഥമാക്കി. ബാംഗ്ലൂരിൽ സോഫ്റ്റ്‌വെയർ എൻജിനീയർ ആയി സേവനമനുഷ്ഠിക്കുന്നു. ബാംഗ്ലൂരിൽ സോഫ്റ്റ്‌വെയർ എൻജിനീയർ ആയ കൃഷ്ണകുമാറിന്റെ പത്നിയാണ്. മക്കൾ നിവേദ് കൃഷ്ണ, വൈഭവ് കൃഷ്ണ, സഹോദരൻ ദീപു രാമചന്ദ്രദാസ്.

Facebook: https://www.facebook.com/DeepaKrishna.Dwaraka/

Instagram: deepa_krishnakumar

ദീപാ കൃഷ്ണകുമാർ പഴയകാട്ട്

അച്ഛന് നൂറുമ്മ

ഓർക്കാൻ ഒരുപാട് ഉണ്ടാവുകയല്ല

ഒരുപാട് ഓർമ്മകൾക്കിടയിൽ ഏറ്റവും

പ്രിയപ്പെട്ട ഒന്നാവാൻ കഴിയണം...

ഭദ്രേ,

അന്നു നീയെന്നെ വിളിച്ചപ്പോൾ നിന്റെ നെഞ്ചിലെ പിടച്ചിൽ ഞാൻ അറിഞ്ഞതാണ്. എന്നിട്ടും എഴുതാൻ ഇത്രയും വൈകി.

ഒരു കാളിനപ്പുറം നീയുണ്ടെന്ന് അറിയാമെങ്കിലും നിനക്കായി എന്തെങ്കിലുമൊക്കെ എഴുതാനാണ് എനിക്കിന്നുമിഷ്ടം.

നിന്റെ ലോക്കറിൽ ഭദ്രമായിരിക്കുന്ന വടിവൊട്ടുമില്ലാത്ത എന്റെ അക്ഷരങ്ങൾ നിറഞ്ഞ ചില കടലാസ്സുകളാവും കാരണം.

ഇന്നും ആരെയും കാട്ടാതെ നിനക്കായി മാത്രം നീ സൂക്ഷിയ്ക്കുന്ന ചിലത്.

കഴിഞ്ഞ ദിവസം വേവുന്നൊരുള്ളുമായി ഞാനിരുന്നപ്പോൾ "സാരമില്ല പോട്ടെ" എന്നതിനപ്പുറം നീയൊന്നും പറഞ്ഞില്ലയെങ്കിലും എനിക്കറിയാം ഇനിയെന്തെന്നു നിന്നിലുയരുന്ന ഒരായിരം ചോദ്യങ്ങൾ.

എന്നിലും ഉണ്ടായിരുന്നു അവ കുറച്ചു മുൻപു വരെ.

ഇപ്പോൾ മനസ്സ് ശാന്തമാണ്. അതാണ് നിനക്കായി എഴുതാൻ ഇരുന്നതും.

നീ വിളിക്കുമ്പോഴൊക്കെ നീയെന്നിൽ തിരയുന്നത് ചെമ്പകം മണക്കുന്ന, ഞാവൽ മധുരമുള്ള ഒരു പെറ്റിക്കോട്ടുകാരിയെയാണ്.

നിന്റെ കുഞ്ഞുവിരൽ പിടിച്ചു നടന്ന, നീ വരുന്ന അവധിക്കാലങ്ങൾക്കായി കാത്തിരുന്ന ഒരു കുഞ്ഞു കുശുമ്പിയെ.

എനിക്ക് കുശുമ്പായിരുന്നു, എന്നേക്കാൾ സുന്ദരിയായ, എന്നേക്കാൾ പഠിയ്ക്കുന്ന നിന്നോട്... അന്ന്...

ഇന്നും...

അവൾക്കായി ഞാനെന്നേ മനസ്സിൽ ബലിയിട്ടു എന്നത് നിന്നെപ്പോലെ എനിക്കും ഇടയ്ക്കെങ്കിലും സ്വീകരിയ്ക്കാനാവാത്ത ഒന്നാണ്.

വേണ്ടി വന്നു പെണ്ണേ...

എന്നിട്ടും ഇടയ്ക്കവൾ ഉയിർത്തെഴുന്നേറ്റുവരും...

എന്നിൽ ഉന്മാദത്തിന്റെ ചങ്ങല വരിഞ്ഞു മുറുക്കിക്കൊണ്ട്...

ഞാൻ നഷ്ടപ്പെടുത്തിക്കളഞ്ഞ അവളെ ഓർമ്മിപ്പിച്ചുകൊണ്ട്.

വേനലവധിയിൽ വിരിഞ്ഞ മഞ്ഞയും ഓറഞ്ചും നിറമുള്ള പൂക്കളുള്ള മാങ്ങാച്ചെടികൾ നിറയേ... വേനൽ ലില്ലികളും മെയ്മാസപ്പൂക്കളും... കുഞ്ഞു മഞ്ഞപ്പൂക്കളുമായി കമ്മൽച്ചെടികൾ നിറയേ... കിളിഞ്ഞിലിൽ പടർന്നു പൂത്തൊരു ഈർക്കിൽ മുല്ല.

ഓർമ്മകൾക്ക് എത്ര നിറങ്ങളാണു പെണ്ണേ.

നാവു നീലയാക്കുന്ന കങ്കദളിപ്പഴങ്ങൾ, മുത്തുപോലുള്ള പൂച്ചപ്പഴങ്ങൾ, ഇത്തിരിക്കറുപ്പ് കണ്ടാൽ പാമ്പുതി എന്നുപറഞ്ഞു നമ്മൾ ദൂരെക്കളഞ്ഞ ചെത്തിപ്പഴങ്ങൾ.

എരിക്കിൻ തണ്ടൊടിച്ച് സ്വർഗ്ഗത്തിലേയ്ക്കു പറത്തിയ മഴവിൽക്കുമിളകൾ. പാടത്തു നിറയെ വിരിഞ്ഞ നെയ്യാമ്പലുകളിൽ ബാല്യത്തിന്റെ വെണ്മയിലേയ്ക്ക് പടർന്ന കൗമാരച്ചോപ്പ്.

ഒട്ടും സ്വാർത്ഥമാവാതെ, നിഷ്കളങ്കത തെല്ലും ചോരാതെ കുഞ്ഞൊരിഷ്ടം. എന്തിനെന്നു ചോദിച്ചാൽ ഉത്തരമില്ലാത്ത ചിലത്.

എന്നിട്ടും നമ്മളൊക്കെ എത്ര അകന്നുപോയി, മനസ്സുകൊണ്ടല്ല എങ്കിൽക്കൂടി...

എന്തിനായിരുന്നു... അറിയില്ല... എന്തു നേടി... അറിയില്ല...

മനസ്സത്ര ഭ്രാന്തമാകുമ്പോൾ ഞാനിപ്പോഴും ഓടിപ്പോകുന്നത് കാവിന്റെ ഇരുണ്ട തണുപ്പിൽ മറഞ്ഞുപോയ ചിത്രകൂടത്തിലേക്കാണ്,

ഉള്ളുകൊണ്ടു പുണരുന്നതൊരു വിശ്വാസത്തെയല്ല, അവിടെയെവിടെയോ ഞാൻ മറന്നു വച്ച, കെട്ടുകഥകളിൽ മാത്രം ജീവിച്ച ശീലിച്ച അവളെയാണ്.

ആ കഥകളൊന്നും കെട്ടുകഥകളായിരുന്നില്ല പെണ്ണേ...

അതാണവൾ ഇടയ്ക്കിടെ അക്ഷരങ്ങളാൽ പുനർജ്ജനിച്ചുകൊണ്ടേയിരിയ്ക്കുന്നത്.

അവൾക്കു മരണമില്ല.

"താഴത്തെ മല്ലിക പൂമലർക്കാവിലിന്നാലസ്യം കൂടാതെ പോയി മാരൻ... മാരാ മാനസ ചോരാ... കാമുക... മാരൻ ചെയ്തതു യോഗ്യമാണോ...!!!"

ഗന്ധർവ്വൻ പാട്ടിന്റെ വരികളാണിന്നു മനസ്സു നിറയെ പെണ്ണേ...

വിശ്വാസത്തിനപ്പുറം ചില ശീലങ്ങളെ... പ്രിയപ്പെട്ട പലതും ഓർമ്മ വരുന്നു...

ചൂരൽപ്പഴം മധുരിക്കുന്നു പെണ്ണേ നാവിൽ... ഇത്തിരി പുളിയുമായി...

എന്നും നിന്റെ,

മുക്കുറ്റിപ്പൂവ്

കഥകൾ

അഭിസാരിക

"ലഡ്കി ചാഹിയേ സാബ്? മദ്രാസി ലഡ്കി"

റെയിൽവേ സ്റ്റേഷനിൽ നിന്ന് നടന്നു വരാവുന്ന ദൂരത്തിൽ ലോഡ്ജ്മുറികൾ ഒഴിവുണ്ടോ എന്നു തിരയുന്നതിനിടയിലാണ് ഏകദേശം നാൽപ്പതുവയസുള്ള അയാൾ എന്നെ സമീപിച്ചത്.

അടുത്ത ട്രെയിൻ ആറുമണിക്കൂർ കഴിഞ്ഞാണ്. ഒന്നുറങ്ങാൻ സമയമുണ്ട്. വീണ്ടും ഒരു പകൽ ദൂരം.

വേണ്ട എന്നു തലയാട്ടി തിടുക്കപ്പെട്ട് നടന്നു. പണ്ടൊരിയ്ക്കൽ വന്നതിന്റെ നേർത്ത ഓർമ്മ. ഒരു ഫർലോങ്ങ് മാറി ഇടത്തരം ലോഡ്ജുകൾ ഉണ്ടാവാനിടയുണ്ട്.

അല്പദൂരം നടന്നപ്പോഴാണ് വഴിയോരത്ത് ഇരുളിന്റെ മറവിലൂടെ എന്നെത്തന്നെ ശ്രദ്ധിച്ച് ആരോ ഒപ്പം നടക്കുന്നതു പോലെ തോന്നിയത്. പാദസരത്തിന്റെ കിലുക്കം, മുല്ലപ്പൂവിന്റെ മണം. നഗരങ്ങളുടെ രാത്രികൾക്കിതു പതിവു കാഴ്ചയാണ്, എനിയ്ക്കും ഒട്ടും അപരിചിതമല്ലാത്ത അനുഭവം.

"തു ക്യോം മേരേ പീഛേ ആ രഹാ ഹൈ? മേനേ ബോലാ നാ നഹീ ചാഹിയേ."

"യാദ് ഹൈ സാബ്" അവൾ വഴിവിളക്കിന്റെ വെളിച്ചത്തിലേയ്ക്ക് മാറി നിന്നു.

മുപ്പതിനോടടുത്ത പ്രായം, അല്പം തടിച്ച്, ഇരുണ്ട നിറം പൌഡർ പൊത്തി മറച്ച്, ചുണ്ടിൽ കടുത്ത ചായവും കണ്ണുകളിൽ കനത്തിൽ മഷിയും പുരട്ടി, തല നിറയെ പൂവും മുക്ക പണ്ടങ്ങളുമണിഞ്ഞവൾ. ഇറക്കിവെട്ടിയ ബ്ലൌസിനുമേൽ അലസമായിട്ട നൈലോൺ സാരി.

പലപ്പോഴായി കണ്ട രൂപങ്ങളിലെ മുഖങ്ങൾ ഓർമ്മയിൽ വയ്ക്കാറില്ല. ഇരുളിൽ മുഴപ്പ തിരയുമ്പോൾ മുഖമെന്തിന്? നെഞ്ചളവും അരക്കെട്ടും നോക്കിയുള്ള തെരഞ്ഞെടുപ്പുകളിൽ തരക്കേടില്ലാത്ത ഒരു മുഖം തന്നെ ധാരാളം.

"ഓർമ്മയില്ല അല്ലേ ?" അവൾ വീണ്ടും ചോദിച്ചു.

ഓ മലയാളിയാണ്, മുൻപെപ്പോഴെങ്കിലും ഒരു രാത്രി വില പറഞ്ഞു കൂടെക്കിടന്നിട്ടുണ്ടാവണം. അങ്ങനെ ഓർമ്മയിൽ വയ്ക്കാൻമാത്രമൊന്നും സവിശേഷത തോന്നുന്നില്ല.

ഒന്നുകൂടി ഞാനവളെ ശ്രദ്ധിച്ചു നോക്കി. അല്ല, അതാവാൻ വഴിയില്ല. എവിടെയോ കണ്ടു മറന്ന മുഖം.

ഏതായാലും പരിചയം പുതുക്കാനുള്ള സമയമല്ല, അല്പം വിശ്രമിക്കണം, യാത്ര തുടരണം. എന്തെങ്കിലും കൊടുത്തൊഴിവാക്കാമെന്നു കരുതി പോക്കറ്റിൽ നിന്ന് അമ്പതു രൂപയെടുത്തു നീട്ടിയത് വാങ്ങാതെ അവൾ മെല്ലെ പുഞ്ചിരിച്ചു.

എനിക്കെവിടെയെങ്കിലും ഒന്ന് ഇരുന്നാൽ കൊള്ളാമെന്നുണ്ടായിരുന്നു. ഈയിടെയായി വല്ലാത്ത കിതപ്പും പരവേശവുമാണ്. ഒഴിവാക്കാനാവാത്ത യാത്രയായതുകൊണ്ട് പുറപ്പെട്ടതാണ്. അടുത്തു കണ്ട കെട്ടിടത്തിന്റെ പടികളിൽ പോയിരുന്നു. ബാഗിൽ നിന്ന് വെള്ളമെടുത്ത് കുടിച്ചപ്പോൾ അല്പം ആശ്വാസം.

ഇരിക്കുന്ന കെട്ടിടം പണിപൂർത്തിയായിട്ടില്ല, നേർത്ത വെളിച്ചത്തിൽ ഉള്ളിൽ അട്ടിയായി വച്ച സിമന്റുചാക്കുകൾ കാണാം.

ക്ഷണിക്കാതെ തന്നെ അവളടുത്തു വന്നിരുന്നപ്പോൾ ഈർഷ്യ തോന്നി. ഇവളെന്തു ഭാവിച്ചാണ്. ആരോഗ്യം ശരിയായിരുന്നെങ്കിൽ കൊടുത്ത കാശ് മുതലാക്കാൻ തരക്കേടില്ലാത്ത ഉരുപ്പടിയാണ്.

"നിനക്കെന്താണു വേണ്ടത്, ശല്യം ചെയ്യാതെ പോകുന്നുണ്ടോ ? "

"തിരക്കില്ലെങ്കിൽ ഞാനൊരു കഥ പറയട്ടേ സാബ്ജീ ?"

"ഇതെന്തു കൂത്ത്, നീ വേശ്യയോ അതോ !!? "

"അതെന്താ സാബ്ജീ, ഞങ്ങൾ മനുഷ്യരല്ലേ ?".

എന്തേലുമാട്ടെ നാശം പോകുന്ന മട്ടില്ല. ഞാൻ പടികയറി തിണ്ണയിലിരുന്ന് ഭിത്തിയിലേയ്ക്ക് തല ചായ്ച്ചു. മുറി തിരക്കി നടക്കുന്നതിനേക്കാൾ അടുത്ത വണ്ടിയുടെ സമയമാകും വരെ ഇവിടെയിരിക്കുന്നതാണ് നല്ലത്. വഴിയിൽ വീണുപോയാൽ ആരും തിരിഞ്ഞുനോക്കാൻ പോലും

കാണില്ല.

അവൾ പടികളിൽ തന്നെയിരുന്ന് എന്നെ നോക്കി. കണ്ണുകൾക്ക് വല്ലാത്ത തിളക്കം.

വീണ്ടും ഫോൺ വന്നു, ചന്ദൻ ആണ്, നാളെത്തന്നെയെത്തും എന്ന് ഉറപ്പാക്കാനുള്ള വിളി. നാളെക്കഴിഞ്ഞാൽ ബാബയെക്കാണാൻ പിന്നെ ദിവസങ്ങളോ ആഴ്ചകളോ കാത്തിരിക്കണമെന്ന മുന്നറിയിപ്പ്. അവന്റെ തുക നേരിട്ട് കൊടുക്കാമെന്നു പറഞ്ഞിരുന്നു, അതാവും ഈ ഉത്സാഹം.

പനി പൂർണ്ണമായും വിട്ടിട്ടില്ല, വല്ലാത്ത കുളിര്. സഞ്ചിയിൽ നിന്ന് കരിമ്പടമെടുത്ത് പുതച്ചിരുന്നു. ഒന്നു പുകവലിച്ചാൽ കൊള്ളാമെന്നുണ്ട്, പക്ഷേ ചുമ കലശലായാൽ യാത്രമുടങ്ങും.

കെട്ടിടത്തിനുള്ളിലെ സിമന്റുചാക്കുകൾക്കു പിന്നിൽ എന്തോ അനങ്ങിയപോലെ, നേർത്ത മുരൾച്ചയും കേട്ടു. നായയാണോ ? പെറ്റു കിടക്കുകയാണെങ്കിൽ ചിലപ്പോൾ കടിയ്ക്കും.

അല്പം മാറി നിർത്തിയിട്ട സൈക്കിൾ റിക്ഷയിൽ ചാരിയിരുന്നുറങ്ങുന്ന റിക്ഷാക്കാരനെ അപ്പോഴാണ് കണ്ടത്, അയാളോടു പറഞ്ഞാൽ ചിലപ്പോൾ കിടക്കാനൊരിടം കിട്ടുമായിരിക്കുമെന്ന് ഒരുനിമിഷം ചിന്തിച്ചെങ്കിലും വേണ്ടന്നുവച്ച് അവിടെത്തന്നെയിരുന്നു.

“എന്താ, സുഖമില്ലേ ?” അവളാണ്, പോയിട്ടില്ല.

“നാശം, എനിയ്ക്കു വേണ്ടെന്നു പറഞ്ഞില്ലേ, പോയി വേറെ ആരെയെങ്കിലും നോക്കൂ. ”

“അങ്ങനെ ആളെക്കിട്ടാൻ ബുദ്ധിമുട്ടൊന്നുമില്ല സാബ്ജീ.”

ശരിയാണ്, പ്രായമാവും വരെ ആളെക്കിട്ടാൻ ബുദ്ധിമുട്ടു കാണില്ല. അല്ലെങ്കിൽ ഏറിയ പ്രായം പുറമേ പ്രത്യക്ഷമാവുന്നവരെ.

മാംസക്കമ്പോളത്തിലെ വിലനിരവാരങ്ങളുടെ ഏറ്റക്കുറച്ചിലുകളും ആവശ്യങ്ങളുമൊന്നും ഒരിയ്ക്കലും അപരിചിതമായിരുന്നില്ല. അപരിചിതമായിരുന്നില്ല എന്നല്ല, അതായിരുന്നു കൂടുതൽ പരിചയം.

കൊച്ചിയിലെ ചേരികളിൽ വാറ്റും അല്പം അടിപിടിയുമായി നടന്നകാലത്ത് ജയിലിൽ വച്ചുണ്ടായ ചില പരിചയങ്ങളിലൂടെയാണ് ഒരിയ്ക്കലും ആവശ്യം നിലയ്ക്കാത്ത മാംസവ്യാപാരത്തിന്റെ ലോകവും സാമ്പത്തീക ലാഭവും മനസ്സിലാക്കിയത്. അവർ വഴിയാണ് ബോംബെയിലേയും കൽക്കത്തയിലേയും ചില ഏജന്റുമാരുമായി പരിചയപ്പെടുന്നതും. പ്രായക്കുറവുള്ള കന്യകമാർക്കായിരുന്നു എന്നും ഡിമാന്റ്.

അതിനായി കൂലിപ്പണിയെന്ന വ്യാജ്യേന പാവങ്ങൾ

പാർക്കുന്ന ഉൾനാടുകളിൽ താമസിച്ച് പിന്നാലെ തേടിവരാനാളില്ലാതെ ബാദ്ധ്യതയായി നിൽക്കുന്ന പെൺകുട്ടികളെ പ്രണയം നടിച്ച്, ചിലപ്പോൾ വിവാഹം കഴിച്ച് പിന്നീട് ഏജന്റുമായി പറഞ്ഞുറപ്പിച്ച ഏതെങ്കിലുമിടത്തുവച്ച് കൈമാറി തുക കൈപ്പറ്റുകയായിരുന്നു പതിവ്. കൂടെ ചെറിയതോതിൽ മയക്കുമരുന്നിന്റെ കൈമാറ്റവും.

അത്യാവശ്യം കാണാൻ കൊള്ളാവുന്ന രൂപവും മധുരമായ സംസാരവും കൊണ്ടാവും പണവും ലഹരിയും ധാരാളമായി കിട്ടി, പെണ്ണുങ്ങളേയും. കൈമറിഞ്ഞുപോയ ഒരുപാടുടലുകൾ, അതെ വെറും ഉടലുകൾ മാത്രം. മനസ്സിനെന്തു വില, വിലയെപ്പോഴും ഉടലിനാണ്. ഒരിക്കലുമതിൽ കുറ്റബോധം തോന്നിയിട്ടുമില്ല.

കെട്ടിടത്തിനുള്ളിലെ സിമന്റുചാക്കുകൾക്കു പിന്നിൽ വീണ്ടും അനക്കം കേട്ടു. കുറേക്കൂടെ ശക്തിയായി. അല്പം ഭയം തോന്നാതിരുന്നില്ല. അവളിപ്പോഴും അവിടെയിരിപ്പുണ്ട്, അകത്ത് അവളുടെ കൂട്ടാളികളാകുമോ ? ബാഗിലല്പം പണമുള്ളത് പിടിച്ചു പറിയ്ക്കാനുള്ള ഉപായമാകുമോ?

ഭയം തോന്നിയത് പുറത്തുകാട്ടാതെ അവളെ നോക്കി." നീയാരാണ്? എന്താണു നിനക്കു വേണ്ടത് ? എന്നെ ഇതിനുമുമ്പ് കണ്ടിട്ടുണ്ടോ ?"

അവൾ മെല്ലെ പുഞ്ചിരിച്ചു." കാമിനി അത് ഇപ്പോഴത്തെ പേരാണ്, മുമ്പൊരു പേരുണ്ടായിരുന്നു. ഒരു വീടും.

അമ്മ നേരത്തേ മരിച്ചു.

പന്ത്രണ്ടു വയസ്സുള്ളപ്പോഴാ ചേച്ചി ഒരാളുടെ കൂടെ ഇറങ്ങിപ്പോയത്. വലിയ പണമൊന്നുമില്ലായിരുന്നെങ്കിലും അഭിമാനിയായിരുന്ന അച്ഛൻ അതോടെ മൌനിയായി. പിന്നെ അധികകാലമുണ്ടായില്ല. കഷ്ടിച്ചൊരു മൂന്നു കൊല്ലം. മരിയ്ക്കും മുമ്പ് വീടും നാലുസെന്റ് സ്ഥലവും എന്റെ പേരിലാക്കിയിരുന്നു. അച്ഛൻ മരിച്ചതോടെ ചേച്ചിയും ഭർത്താവും മകനും വീട്ടിലെത്തി. പതുക്കെപ്പതുക്കെ വീട്ടുഭരണമൊക്കെ അവരായി. എന്റെ പഠനവും അവസാനിപ്പിച്ചു.

ചേട്ടന്റെ പെരുമാറ്റം ആദ്യം മുതലേ അത്ര ശരിയായി തോന്നാഞ്ഞതിനാൽ എപ്പോളും ഒരു അകലം സൂക്ഷിച്ചിരുന്നു. പഠനം അവസാനിപ്പിച്ചപ്പോൾത്തന്നെ നാട്ടിലെ ഒരു മേസ്തരിയുടെ കാലുപിടിച്ച് അവരോടൊപ്പം പണിയ്ക്കു പോകാൻ തുടങ്ങിയിരുന്നു. ചേച്ചി വീണ്ടും ഗർഭിണിയായപ്പോൾ അതും നിലച്ചു.

ചേട്ടന്റെ പെരുമാറ്റം അതിരുകടന്ന ഒരുദിവസം രാത്രി എങ്ങോട്ടെന്നില്ലാതെ ഇറങ്ങിയതാണ്. ട്രെയിനിനു തലവയ്ക്കാനാണ് ആദ്യം കരുതിയത്. പക്ഷേ ഭയം തോന്നി. പിന്നെ എങ്ങോട്ടെങ്കിലും പോകണമെന്നു കരുതി ബസ്റ്റോപ്പിലെത്തി. രാത്രി ഏറെ വൈകിയിരുന്നു.

അന്നാണു ഞാനവനെ വീണ്ടും കണ്ടത്. മുമ്പ് മേസ്തരിയുടെ കൂടെ പണിചെയ്തിരുന്ന ബംഗാളികളോടൊപ്പവും കണ്ടിട്ടുണ്ട്. ഒന്നുരണ്ടുവട്ടം മിണ്ടിയിട്ടുമുണ്ട്. ശാന്തനായ ഒരു ചെറുപ്പക്കാരൻ. അവൻ കൈയ്യിലൊരു ബാഗുമായി എങ്ങോട്ടോ യാത്ര പുറപ്പെടാനിറങ്ങിയതായിരുന്നു.

ബസ്റ്റോപ്പിൽ രാത്രി തനിച്ചിരിയ്ക്കുന്ന കണ്ടാവും അവൻ വിവരങ്ങൾ തിരക്കി. എന്റെ പ്രശ്നങ്ങൾ കേട്ട് അവനല്പനേരം മിണ്ടാതിരുന്നു. പിന്നെ ചോദിച്ചു അവനോടൊപ്പം ചെല്ലാമെങ്കിൽ എന്തെങ്കിലും ജോലി ശരിയാക്കിത്തരാമെന്ന്. എനിയ്ക്കും വേറേ വഴിയുണ്ടായില്ല. ആൾക്കാർ തേടിവരും മുന്നേ അവിടെ നിന്നു പോകണമായിരുന്നു.

ബസ്സിലും ട്രെയിനിലുമായി മൂന്നു നാലു ദിവസത്തെയാത്ര ഞാൻ മറക്കില്ല. അച്ഛന്റെ മരണശേഷം അത്ര സ്നേഹത്തോടെ എന്റെ ഇഷ്ടങ്ങൾ ചോദിച്ചറിഞ്ഞ് ആരുമെനിയ്ക്ക് ഭക്ഷണമോ മാറിയുടുക്കാനുള്ള ഉടുപ്പുകളോ വാങ്ങിത്തന്നിട്ടില്ല.

അവന്റെ കരുതലും സ്നേഹവും ചിലപ്പോളെന്നോടു നേരത്തേ തന്നെയുണ്ടായിരുന്ന പ്രണയംകൊണ്ടാവും. തളർന്നപ്പോഴും ഉറക്കം വന്നപ്പോഴുമൊക്കെ ലജ്ജയില്ലാതെ അവന്റെ തോളിൽ തലചായ്ച്ചുറങ്ങി. എനിയ്ക്കു ഭയം തോന്നിയപ്പോഴൊക്കെ അവനെന്നെ മാറോടു ചേർത്തു പിടിച്ചു. എന്നിട്ടും ഒരു നിമിഷംപോലും തെറ്റായൊരു നോട്ടമോ സംസാരമോ പ്രവർത്തിയോ അവനിൽനിന്നുണ്ടായില്ല. ഞാനവനെ കൂടുതൽ കൂടുതൽ സ്നേഹിച്ചു, വിശ്വസിച്ചു.

സ്ഥിരമായി ഒരേ വണ്ടിയിൽ യാത്രചെയ്യാതെ ബസ്സും ട്രെയിനുമെല്ലാം മാറിമാറിക്കയറി ഞങ്ങൾ മഹാരാഷ്ട്രയിലെ ഏതോ ഗ്രാമത്തിലെത്തി. അവിടെ അവന്റെ ഒരു സുഹൃത്തിനെക്കണ്ടു.

അയാൾ പറഞ്ഞതനുസരിച്ച് ഏതോ ഫാക്ടറിയുടെ സൂപ്പർവൈസറെക്കാണാനായി ഇറങ്ങിയതായിരുന്നു ഞങ്ങൾ. വഴിയിൽ ഒരു പാൻവാലായുടെ അരികിൽ ഞങ്ങളെയിറക്കി അവന്റെ സുഹൃത്തു മടങ്ങിപ്പോയി. പാൻവാലായോടു സംസാരിച്ചിരുന്ന അവനെക്കാത്ത് ഞാൻ അടുത്തൊരു മരത്തണലിലിരുന്നു.

അപ്പോളാണ് വെളുത്ത ഒരു വാനിൽ വന്ന ആരൊക്കെയോ എന്നെ അതിനുള്ളിലേയ്ക്ക് വലിച്ചിട്ടത്. ഞാനുറക്കെക്കരഞ്ഞത് അവൻ കേട്ടിട്ടുണ്ടാവും, പിന്നാലെ ഓടി വന്നിട്ടുണ്ടാവും. ഒരുപക്ഷേ ഇപ്പോഴും അവനെന്നെ തേടി നടക്കുന്നുണ്ടാവും.

അങ്ങനെ വിശ്വസിയ്ക്കാനാണെനിയ്ക്കിഷ്ടം."

അവളൊന്നു പുഞ്ചിരിച്ചു, വേദന കലർന്ന ഒരു ചിരി.

"ബെൽറ്റിനടിയേറ്റും ഭക്ഷണമില്ലാതെയും വല്ലാതെ തളർന്നു. പ്രതി കരിയ്ക്കാനാവാത്ത വിധം അവരെന്നെ തളർത്തി. പിന്നെ പലരിലൂടെ കൈമാറിക്കൈമാറി വർഷങ്ങളോളം.

ഇപ്പോഴും അതു തുടരുന്നു."

അവൾ പറഞ്ഞു നിർത്തി ഞങ്ങളിരുന്ന കെട്ടിടത്തിനുള്ളിലേയ്ക്ക് നോക്കി.

അപ്പോഴാണ് കെട്ടിടത്തിനുള്ളിൽ നിന്ന് അയഞ്ഞ പൈജാമ മുറുക്കി ഒരുത്തൻ പുറത്തേയ്ക്കിറങ്ങി വന്നത്.

ഞങ്ങളെക്കണ്ട് മറാഠിയിൽ എന്തൊക്കെയോ തെറികൾ പുലമ്പി ആടിയാടി അയാൾ ഇരുട്ടിലേയ്ക്കിറങ്ങി. പിന്നാലെ അതുപോലെ മറ്റൊരുത്തനും. അവർ ഇരുട്ടിൽ മറഞ്ഞുകഴിഞ്ഞപ്പോൾ അരപ്പാവാടയുടുത്ത ഒരു പെൺകുട്ടി അകത്തു നിന്നിറങ്ങിവന്നു. അവൾ നടക്കാൻ വല്ലാതെ വിഷമിച്ചിരുന്നു. വേച്ചുവേച്ച് അവൾ അവിടെ നിർത്തിയിട്ടിരുന്ന സൈക്കിൾ റിക്ഷയുടെ അരികിലെത്തി അതിലുറങ്ങിക്കിടന്ന വൃദ്ധനായ റിക്ഷാക്കാരനെ തട്ടിയുണർത്തി.

അയാൾ ഉറക്കച്ചടവോടെ വണ്ടിയുമെടുത്ത് ആ പെൺകുട്ടിയേയും കയറ്റി ഒന്നും സംഭവിയ്ക്കാത്തപോലെ എങ്ങോട്ടോ പോയി.

"തുടർച്ചകൾ, ഇതൊന്നും ഒരിയ്ക്കലുമവസാനിയ്ക്കില്ല." അവൾ മുഖംതു ടച്ച് എന്നെ നോക്കി.

ബാക്കിക്കഥ എനിയ്ക്കറിവുള്ളതാണ്.

അന്ന് മേസ്തരിയുടെക്കൂടെ പണിചെയ്തിരുന്ന ആൾക്കാരുടെ ഇടയിലുണ്ടായ ഒരുകശപിശ, അല്പം കഞ്ചാവും കൂടി ഉൾപ്പെട്ടിരുന്നതിനാൽ ഒന്നു മാറിനിൽക്കാൻ പുറപ്പെട്ടതായിരുന്നു.

പ്രതീക്ഷിയ്ക്കാതെ വീണു കിട്ടിയ ഒരു ഇരയായിരുന്നു അവൾ.

മുബൈയിലേയ്ക്കുള്ള യാത്രയ്ക്കിടെ അവളോടുകാണിച്ച സ്നേഹവും സഹാനുഭൂതിയുമെല്ലാം അവളുടെ വിശ്വാസം നേടിയെടുക്കാനായിരുന്നു.

യാത്രയ്ക്കിടെ തന്നെ ജാദവിനെ ഫോൺവിളിച്ച് തുകയും അവളെ കൈമാറേണ്ട ഇടവുമൊക്കെ തീർച്ചപ്പെടുത്തിയിരുന്നു. കന്യകയായി ത്തന്നെ കൈമാറണമെന്നായിരുന്നു കരാർ. അന്നു നടന്ന കൈമാറ്റം ഒരു തട്ടിക്കൊണ്ടുപോകലായി അവൾക്കു തോന്നിയെന്നുമാത്രം.

അവൾ പിന്നീടൊന്നും പറഞ്ഞില്ല. മൌനമായിരുന്നെങ്കിലും അവളുടെ മിഴികളിങ്ങനെ നിർത്താതെ മൊഴിഞ്ഞുകൊണ്ടിരുന്നു.

“ഒരു രാത്രി എനിയ്ക്കു നിന്നോടൊത്തുറങ്ങണം, രതിവേഗങ്ങളുടെ തീക്ഷ്ണതയും വിരൽത്തുമ്പെഴുതുന്ന ചിത്രങ്ങളുമില്ലാത്ത ഒരു രാത്രി. നിന്റെ ഹൃദയമിടിപ്പുകളും ശ്വാസനിശ്വാസങ്ങളുടെ താളവും താരാട്ടായി, നിന്റെ കനത്ത കരങ്ങളുടെ വലയത്തിൽ, ബന്ധനത്തിലും സന്തോഷിയ്ക്കുന്ന ആദ്യത്തെ പക്ഷിയായി ഒരു രാത്രി മാത്രം.

വീണ്ടും പകലിരവുകളുടെ ആവർത്തനങ്ങളിലേയ്ക്ക് ഊളിയിട്ടിറങ്ങു മ്പോൾ സ്വപ്നം പോലെ ചേർത്തു പിടിയ്ക്കാനായി മൈഥുനത്തിനുമപ്പുറം സംതൃപ്തിതന്ന ചില നിമിഷങ്ങളുടെ ഓർമ്മകൾ എന്നിൽ ബാക്കിയാ വണം.”

അവൾ മെല്ലെ എഴുന്നേറ്റ് അടുത്തു വന്ന് എന്റെ തോളിൽ ചാരി കണ്ണടച്ചിരുന്നു.

ഒന്നു ചേർത്തുപിടിയ്ക്കാനാവാതെ നെഞ്ചിൽ കനൽ കോരിയിടുന്ന തീക്ഷ്ണതയുമായി പതറി നിൽക്കുമ്പോൾ, എയിഡ്സിന് ഒറ്റമൂലി തേടിയുള്ള ഈ യാത്രയുടെ അവസാനമെന്തെന്ന ചോദ്യത്തിനുള്ള ഉത്തരമായി കനത്ത ഇരുട്ട് ചുറ്റും പരക്കുകയായിരുന്നു.

കാപ്പിപ്പൂ മണമുള്ള പെണ്ണ്

ബസ്സിറങ്ങിയപ്പോൾ തന്നെ ഓട്ടോകളുടെ നീണ്ടനിര. കൈയ്യിലെ ബാഗിന് അത്ര കനമൊന്നുമില്ലാഞ്ഞതുകൊണ്ട് ഓട്ടോ വിളിയ്ക്കാൻ തോന്നിയില്ല. വർഷങ്ങൾക്കിപ്പുറമുള്ള വരവിൽ നാടിന് വന്നു ചേർന്ന മാറ്റങ്ങളൊക്കെക്കണ്ട് നടക്കണമെന്നു തോന്നി.

പണ്ടത്തെപ്പോലെ ബസ്സിറങ്ങുമ്പോഴേ" ആ ഭാനു, ഇതെവ്ട്ന്നാ?" എന്നു ചോദിച്ച് ചിരിയ്ക്കുന്ന പരിചിതമുഖങ്ങളൊന്നും കാണാനില്ല.

ചെമ്മണ്ണുമാറി ടാറായെങ്കിലും പണ്ടത്തേതിനേക്കാൾ കേമമാണ് കുണ്ടും കുഴിയും. റോഡരികിൽ സ്റ്റാന്റിലിട്ട ബൈക്കിൽ ഇരുന്നും, അരികിൽ ചാരി നിന്നുമൊക്കെ ഉറക്കെ ചിരിച്ചു സംസാരിയ്ക്കുന്ന യുവാക്കളുടെ മുഖങ്ങളിലൊന്നും പരിചയം തോന്നുന്നില്ല.

പലകനിരയ്ക്കരികെ പഴംപൊരിയും സുഖിയനും നിരന്നിരുന്ന കണ്ണാടിയലമാരിയും ആവിപറക്കുന്ന സമോവറിനപ്പുറം കുഞ്ഞുണ്ണിയേട്ടന്റെ ആവിയിൽ കുതിർന്ന മുഖവുമുണ്ടായിരുന്നയിടത്ത് കറുത്ത കണ്ണാടിയും പരിഷ്ക്കാരി ബോർഡുമായി ദേവീ കൂൾബാർ ആൻഡ് ബേക്കറി. പരിപ്പുവട ചൂട് എണ്ണയിൽമൊരിയുന്ന മണത്തിനു പകരം ബേയ്ക്കു ചെയ്ത ബ്രഡിന്റെ മണം.

അതിനോടു ചേർന്നുതന്നെ അത്യാവശ്യം തിരക്കുമായി പല പല കടമുറികൾ.

മുന്നോട്ടു നടന്നു.

ഇറക്കമിറങ്ങി ആൽത്തറയിലെത്തിയപ്പോൾ കണ്ടു, അമ്പലത്തിന് വലിയ ചുറ്റുമതിലും വഴിയോരത്തായി പുതിയ കാണിയ്ക്കവഞ്ചിയും സ്ഥാനം പിടിച്ചിരിയ്ക്കുന്നു. മതിൽക്കെട്ടിനുള്ളിൽ പഴയ പഞ്ചാരമണൽ ഇപ്പോഴും അതുപോലെ തന്നെ.

വർക്കിമാഷിന്റെ ടൈപ്പ്റൈറ്റിംഗ് ഇൻസ്റ്റിറ്റ്യൂട്ട് നിന്നയിടത്തിപ്പോൾ കമ്പ്യൂട്ടറൈസ്ഡ് ജാതകമെഴുതുന്നയിടവും അതിനോടുചേർന്നൊരു മാര്യേജ് ബ്യൂറോയും.

അതിനപ്പുറം സ്കൂളിനിപ്പോൾ ചുറ്റുമതിലും, പരിഷ്കരിച്ച ഗ്രൗണ്ടുമൊക്കെ വന്നിരിക്കുന്നു.

പണ്ട് ആ മതിലിനപ്പുറം നിന്നിരുന്ന വാകയുടെ തണലിലാണ് ഉച്ചയൂണു കഴിഞ്ഞ് കൊത്തംകല്ലാടിയിരുന്നത്.

റോഡിൽ നിന്ന് നടപ്പുമാറ്റി പാടവരമ്പിലൂടെ ചുറ്റിപ്പോയാൽ എളുപ്പവഴിയാണ്. വരമ്പിലൂടെ നടക്കേണ്ട ആവശ്യമില്ല ഇപ്പോൾ. വരണ്ടു കിടക്കുന്ന പാടത്ത് കുട്ടികൾ ക്രിക്കറ്റ് കളിക്കുന്നുണ്ട്.

മഴക്കാലത്തിപ്പോളും അതിൽ ആമ്പൽപ്പൂക്കൾ വിടരാറുണ്ടാവുമോ?

ആമ്പൽപ്പൂക്കളുടെ ഓർമ്മ പെട്ടെന്ന് ദേവേട്ടനെ കൂടെ മനസ്സിലേക്ക് കൂട്ടി വന്നു.

ഭാനുവിനന്ന് നാലോ അഞ്ചോ വയസ്സ് കാണും, ദേവന് ഒരു വയസ്സ് കൂടുതലും.

പാടത്തിനും പറമ്പിനും ചേർന്ന അതിരിൽ അന്ന് നിറയെ വയലറ്റും മഞ്ഞയും വെള്ളയും നിറത്തിലുള്ള കനകാംബരച്ചെടികൾ ഉണ്ടായിരുന്നു. പൂക്കളിറുത്തു തണ്ടുകൾ ചേർത്തു പിന്നിയാൽ മാലയുണ്ടാക്കാം. പേരയുടെ ചുവട്ടിൽ മാലകെട്ടിക്കൊണ്ടിരുന്നപ്പോളാണ് ഭാനുവിന്റെ കഴുത്തിലെന്തോ വന്നു വീണത്.

വെള്ളാമ്പൽ തണ്ടൊടിച്ച ഒരു മാല."നമ്മുടെ കല്യാണം കഴിഞ്ഞേ..." അവളുടെ മുന്നിൽ നിന്ന് ദേവൻ കൈകൊട്ടി ചിരിക്കുന്നു.

ഭാനുവിന് ഉറക്കെ കരയണമെന്നു തോന്നി.

സിനിമയിൽ കണ്ടപോലെ കറുത്ത കണ്ണാടി വച്ച, ബുള്ളറ്റോടിക്കുന്ന, താടിയും മീശയുമൊക്കെയുള്ള ഒരാളെ കല്യാണം കഴിക്കാൻ ഉറപ്പിച്ചിരുന്നതാണ്. അപ്പളാണ് മുറിനിക്കറുമിട്ട ഒരു ഉണ്ടക്കണ്ണൻ ഒന്നു ചോദിയ്ക്കുകപോലും ചെയ്യാതെ മാലയിട്ടിട്ടു കല്യാണം കഴിഞ്ഞെന്ന്.

അന്നത്തെ കരച്ചിലോർക്കുമ്പോൾ ഇപ്പോൾ ചിരിയാണ് വരുന്നത്.

പടിപ്പുരയിൽ വെട്ടുകല്ലിളകി ചിതൽ കയറിത്തുടങ്ങിയിരിക്കുന്നു. കിഴക്കേ അതിരിൽ തൊഴുത്തിന്റെ അസ്ഥികൂടം പോലെ ചില ശേഷിപ്പുകൾ. അവൾ പടിപ്പുരകടന്ന് അകത്തേക്ക് നടന്നു.

ഉമ്മറത്ത് കിണ്ടിയും വെള്ളവുമൊന്നുമില്ല. പൈപ്പുതുറന്നു കാലുരച്ചു കഴുകിക്കൊണ്ടിരുന്നപ്പോൾ ശാരദാമ്മ വാതിൽക്കൽ വന്നെത്തിനോക്കി.

"കുട്ടി നേരത്തെ എത്തിയോ ? വൈകുമെന്നാ ഞാൻ നിരീച്ചേ..."

"കുഞ്ഞുമക്കള് ബാലുവിന്റെ കൂടെ പോയല്ലേ, കണ്ടിട്ട് കുറെ ആയി, അടുത്ത അവധിക്കെങ്കിലും..."

പറഞ്ഞത് മുഴുവനാക്കാതെ ദീർഘമായി ഒന്നു നിശ്വസിച്ചു ശാരദാമ്മ തിരിഞ്ഞുനടന്നു.

"കുട്ടി കുളിച്ചു വേഷംമാറി വന്നോളൂ, ആ പെണ്ണ് തന്നെയാ അടുക്കളയിൽ, അതിനെ ഏൽപ്പിച്ചാൽ പറ്റില്ല."

"അമ്മയെവിടെ ശാരദാമ്മേ?"

"കുട്ടിക്ക് വാഴക്കുമ്പ് തോരൻ ഇഷ്ടമാണെന്നു പറഞ്ഞു മറ്റത്തിലേക്കു പോയിട്ടുണ്ട്, ഒടിച്ചെടുക്കാൻ പാകമായോന്നു നോക്കാൻ വേണ്ടി."

കുളിക്കാൻ തോന്നിയില്ല, ബാഗ് കട്ടിലിലിട്ട് അവൾ ചാഞ്ഞു കിടന്നു.

ബാലുവുമായി പിരിഞ്ഞതിൽ പിന്നെ കുട്ടികളുടെ അവധിക്കാലവും പങ്കിട്ടെടുക്കലായി. പലതും ഓർക്കാത്തതാണ് നല്ലത്.

തീരുമാനിച്ചുറപ്പിച്ച യാത്രയായിരുന്നില്ല ഇത്. കുട്ടികൾ ബാലുവിന്റെ കൂടെ പോയപ്പോൾ വല്ലാത്ത വീർപ്പുമുട്ടൽ, ഒരാഴ്ച അവധി എഴുതിക്കൊടുത്തു പോന്നു.

ഉച്ചയൂണ് കഴിഞ്ഞു നടക്കാനിറങ്ങിയപ്പോൾ അമ്മ പിന്നിൽ നിന്നു വിളിച്ചു പറഞ്ഞു

"അപ്പിടി കാടും പടലുമാ കുട്ടീ, സൂക്ഷിക്കണേ, പറമ്പ് വൃത്തിയാക്കാനൊന്നും ഇപ്പൊ ആരേം കിട്ടാനില്ല..."

കാട്ടുപുല്ലാനിയും, ചിറ്റമൃതും പറമ്പിലാകെ പടർന്നിട്ടുണ്ട്. മണലിൽ നിറയേ വിഷ്ണുക്രാന്തിയുടെ നീലപ്പൂക്കൾ, ഇടക്ക് തുമ്പയും പൂവാങ്കുറുന്നിലുമൊക്കെയുണ്ട്.

അവൾ പറമ്പു ചുറ്റി വേലിക്കരികിലേക്കു നടന്നപ്പോൾ ഉരപ്പുരയുടെ ഇടിഞ്ഞ തിണ്ണയിലിരുന്നത് ശാരദാമ്മ വിളിച്ചുപറഞ്ഞു.

"ദേവൻ വന്നിട്ടുണ്ടെന്ന് ഓപ്പ പറഞ്ഞു, ഇന്ന് അമ്പലത്തിൽ വച്ച് കണ്ടിരുന്നു. ഇത്തവണയും രേവതിയും മക്കളുമില്ല, അവരുടെ പരിഷ്കാരത്തിനു പിടിക്കില്ലല്ലോ ഓപ്പയും ആ വീടുമൊന്നും."

മറുപടിയൊന്നും പറയാതെ ഭാനു പടിഞ്ഞാറേ പറമ്പിലേക്ക് നടന്നു.

അവിടെ കുളക്കരയിൽ പണ്ടൊരു തടിപ്പുരയുണ്ടായിരുന്നു. അതിന്റെ പിന്നിൽ കുളത്തിനോട് ചേർന്നൊരു കാപ്പിച്ചെടിയും. അവിടെ മണ്ണിൽ കാപ്പി വളരുക പതിവില്ല, ദേവേട്ടന്റെ അച്ഛൻ വയനാട്ടിൽ നിന്നു വന്നപ്പോൾ കൊണ്ടുവന്ന തൈകളിൽ ഒന്നുമാത്രം എങ്ങനെയോ പിടിച്ചുവന്നു. നിറയേ പൂക്കുമായിരുന്നു, കായുണ്ടാവില്ല, വെളുത്ത കുലകുലയായി പൂത്തു കരിഞ്ഞു പോകും.

അവൾക്കന്നു പതിനഞ്ചു വയസ്സാണ് പ്രായം. നല്ല മണമുള്ള ആ പൂക്കളിറുത്തു തലയിൽ വയ്ക്കാൻ അവൾക്കു വല്യ ഇഷ്ടമായിരുന്നു.

ഇതുപോലെ ഒരു ഉച്ചതിരിഞ്ഞ നേരമായിരുന്നു. പൂക്കളിറുത്ത് ഇരുവശത്തും മെടഞ്ഞിട്ട മുടിക്കു മുകളിൽ ചൂടിക്കൊണ്ടിരുന്നപ്പോളാണ് കടവിനോടുചേർന്ന പായലൊന്നിളകിയത്.

കുളത്തിൽ പാതിയേ വെള്ളമുണ്ടായിരുന്നുള്ളൂ, പായൽ നിറഞ്ഞിരുന്നു.

സൂക്ഷിച്ചുനോക്കിയപ്പോൾ ചെറുഞാവൽപ്പഴം പോലുള്ള തിളങ്ങുന്ന കണ്ണുകളുള്ള രണ്ടു കുഞ്ഞിത്തലകളുയർന്നുവന്നു. തമ്മിൽപ്പിണഞ്ഞ ഉടലുകൾ പിന്നാലെ, മഞ്ഞച്ചേരയാണ്. പായലിനുമേൽ പിണഞ്ഞുരുളുന്ന ഉടലുകൾ.

ഇടക്ക് പായലിനിടയിലേക്കു താണും പിന്നെ ഉയർന്നും, കുളത്തിൽ നേർത്ത അലകളുയർത്തിക്കൊണ്ടിരുന്നു.

കുളത്തിലെ അലയിളക്കങ്ങൾനോക്കി തടിപ്പുരയുടെ തൂണിൽച്ചാരി നിന്നപ്പോളാണ് പിന്നിൽനിന്നും കുട്ടിക്കൂറ പൌഡർ വാസനയുമായി രണ്ടു കൈകൾ അവളുടെ വയറിൽ ചുറ്റിയത്.

അവളുടെ കഴുത്തിൽ ചുണ്ടുകൾ മെല്ലെയുരസി കാതിനുപിന്നിലേക്കൊരു ചുംബനമായി ദേവൻ പടർന്നുകയറി. അവൾ മെല്ലെ കണ്ണുകളടച്ചു.

ഭാനു ഡിഗ്രി പൂർത്തിയാക്കിയ വർഷമായിരുന്നു മുത്തശ്ശൻ കിടപ്പിലായത്. കണ്ണടയും മുന്നേ ഭാനുവിനെ വിവാഹിതയായി കാണണമെന്ന മുത്തശ്ശന്റെ നിർബന്ധബുദ്ധിയിൽ നടന്ന വിവാഹം.

ഓർമ്മകളുടെ ചൂടിൽ കുളക്കരയിൽ അവൾ ചടഞ്ഞിരുന്നു.

കുളത്തിൽ നിറയേ വയലറ്റ് കുളവാഴപ്പൂക്കൾ.

“ഭാനു എപ്പോളെത്തി?” പിന്നിലൊരു കാൽപ്പെരുമാറ്റം, ദേവനാണ്.

“ഇന്ന്, കാലത്ത്.”

ഏറെനേരം അവരാ കുളക്കരയിലിരുന്നു. വളർച്ചയുടെ പല ഘട്ടങ്ങളിലൂടെ, മാറി വന്ന ഇഷ്ടങ്ങളുടെ നിഴലിലൂടെ, ചിലതൊക്കെ പറഞ്ഞും, ചിലതു പാതി പറഞ്ഞു നിർത്തിയും.

“ഞാൻ നാളെ മടങ്ങും, രാത്രി ആണ് ഫ്ലൈറ്റ്.” വീട്ടിലേക്കു മടങ്ങും മുന്നേ അവൻ പറഞ്ഞു.

പിറ്റേന്നു രാവിലെ ഭാനു കാപ്പികുടിയും കഴിഞ്ഞ് കയ്യിൽ കിട്ടിയ മാസിക മറിച്ചുനോക്കി ഇടനാഴിയിൽ നിലത്തു കിടന്നപ്പോളാണ് കയ്യിൽ മൂടിക്കെട്ടിയ രണ്ടു ഭരണിയുമായി ശാരദാമ്മ വന്നത്.

“കുട്ടീ ഇതൊന്ന് ഓപ്പക്കു കൊണ്ടെക്കൊടുക്കു, ഇത്തിരി ഉപ്പുമാങ്ങയും കടുമാങ്ങയുമാ, ദേവനു കൊടുത്തു വിടാൻ.”

അവൾ പുറത്തേക്കിറങ്ങിയപ്പോളേക്കും ആകാശം ഇരുണ്ടു തുടങ്ങിയിരുന്നു, വേനൽ മഴയുടെ ആരംഭമാണ്. ഇത്തവണ മനം കുളിരേ മഴ നനയണം.

ദേവന്റെ തറവാട്ടുമുറ്റത്ത് പണ്ടവർ ഒന്നിച്ചുനട്ട അശോകം ഇപ്പോളും നിറയേ പൂവിട്ടു നിൽപ്പുണ്ട്.

“മോളകത്തേക്ക് ചെല്ല്, ഞാനാ മറ്റത്തിൽ നിന്ന് പയ്യിനെ അഴിച്ചു വരാം. നല്ല മഴക്കോളുണ്ട്”. ദേവന്റെ അമ്മയാണ്, പടി കടന്ന് അവൾ അകത്തേക്ക് കയറി.

നടുമുറ്റത്തെ തുളസിക്ക് വയസ്സായിരിക്കുന്നു.

അടുക്കളമുറിയിലെ ബഞ്ചിൽ ഭരണികൾ വച്ച് അവൾ അടുക്കളച്ചുമരിൽ പുകയും കരിയും വരച്ച ചിത്രങ്ങൾ നോക്കി നിന്നു.

“അമ്മേ ഒരു ചായ”, കോണിമുറിയിൽ നിന്ന് ദേവനാണ്, അവനിടക്ക് ചായ വേണം, സിഗരറ്റ് വലിയും മോശമല്ലാതുണ്ട്.

പതിയമ്പുറത്ത് മൊന്തയിൽ ചായയുണ്ട്, അവൾ അതൊരു ഗ്ലാസ്സിലാക്കി കോണികയറിച്ചെന്നു.

“നീയെപ്പോ വന്നു.”

“ഇപ്പൊ വന്നേ ഉള്ളൂ, ശാരദാമ്മ കടുമാങ്ങ തന്നു വിട്ടിട്ടുണ്ട്.”

“മ്മ്”, അവൻ മെല്ലെ ചിരിച്ചു.

“ദേവേട്ടൻ ഇനിയെന്നാ...”

"ഞാൻ ഇടക്ക് വരാറുണ്ട്, ചിലപ്പോളൊക്കെ രണ്ടോ മൂന്നോ ദിവസത്തേക്കുമാത്രമായി.

കാപ്പിപ്പൂ മണമുള്ളൊരു പെണ്ണ് സ്വപ്നങ്ങളിൽ വന്നു വിളിക്കുമ്പോളൊക്കെ ഞാനൊന്നോടി വരും, പാടത്തും പറമ്പിലുമൊക്കെ ചുറ്റിനടന്ന് ചില ഓർമ്മകളെ കൂടെക്കൂട്ടി മടങ്ങിപ്പോവാനായി."

അകലെ പാടം കടന്ന്, കാറ്റിന്റെ തോളിലേറി മഴ വരവായി.

പഴയ, വിജാഗിരിയിളകിയ ജനൽപ്പാളിയിൽ മഴ അലച്ചു വീണു താഴേക്കൊഴുകി.

അവൾ ജനാലയിലൂടെ പുറത്തേക്കു നോക്കി.

കഴുത്തിനുപിന്നിൽ അവന്റെ നിശ്വാസച്ചൂട്, വയറിൽ ഇണചേർന്ന വിരലുകൾ.

വേനൽ മഴ ചിത്രം വരച്ച മണ്ണിൽ നിന്നും കുളക്കരയിലൂടെ പായലിന്റെ മറവിലേക്ക് രണ്ടു കരിഞ്ചേരകൾ പിണഞ്ഞിറങ്ങി.

നിഴലിടങ്ങൾ

രാവിലെ പത്രത്തിലൂടെ കണ്ണോടിച്ച് ചായയും കുടിച്ചിരിക്കുന്നതിനിടെ മറിയക്കുട്ടി പിന്നിൽ വന്ന് കസേരയിൽ പിടിച്ച് നിൽപ്പുതുടങ്ങി.

എന്തെങ്കിലും കാര്യം സാധിക്കാനുണ്ടെങ്കിൽ അതു പതിവാണ്.

"എന്നാ മറിയക്കുട്ടി, കാശു വല്ലതും വേണോ ? "

"വേണ്ട."

"പിന്നെ ?"

"ഞാൻ രണ്ടുസം കഴിഞ്ഞു വന്നാ മതിയോ ഇനി ?"

"അതെന്നാ പണിയാന്നേ, സൂസന്ന വരുന്ന കാര്യം ഞാമ്പറഞ്ഞതല്ല്യോ ?

മറിയക്കുട്ടിടെ സ്പെഷ്യൽ ചെമ്മീനൊലർത്തിയതും കോഴി കുരുമൊളകിട്ടതും വേണേന്ന് ഇന്നലേം കൂടെ വിളിച്ചു പറഞ്ഞേയൊള്ളു."

"ആ കൊച്ചു വന്നകൊണ്ടുതന്നാ രണ്ടുസം കഴിഞ്ഞു വരാന്ന് പറഞ്ഞത്.

അതിനോടൊന്നും കൂട്ടു വേണ്ടാന്ന് കൊച്ചിനോടെത്ര പറഞ്ഞാലും കേക്കുല്ല."

"അതിനിപ്പം എന്നാ പറ്റി ?"

"കർത്താവിന് നെരക്കാത്ത വർത്താനാല്ല്യോ അതിന്റെ വായീന്ന് വന്നത്."

മറിയക്കുട്ടി നെഞ്ചിൽ കൈവച്ച് മുകളിലേയ്ക്കുനോക്കി ശ്വാസം ആഞ്ഞു വലിച്ചു.

"അന്ന് അതുപോയിക്കഴിഞ്ഞ് നേരേ ചൊവ്വേ കുമ്പസാരിയ്ക്കാമ്പോലും പറ്റീല്ല, അതറിയാവോ കൊച്ചിന് ?"

"അതിന് മേരിക്കുട്ടി പാപോന്നും ചെയ്തില്ലല്ലോ. മേരിക്കുട്ടിയ്ക്ക് സ്വർഗ്ഗം ഒറപ്പാ."

"കൊച്ചിനല്ലേലും ഒക്കെ തമാശയാ."

"ഇനിയങ്ങനൊന്നും മറിയക്കുട്ടിയോട് ചോദിയ്ക്കല്ലന്ന് ഞാമ്പറയാം അവളോട്. എന്റെ പൊന്നു മറിയക്കൊച്ചല്ലേ, ഞാനടുക്കളേൽ കേറിയാ ശരിയാവില്ലെന്നു അറിയാല്ലോ. ?"

മനസില്ലാമനസ്സോടെ ഒന്നു മൂളി മറിയക്കുട്ടി അടുക്കളയിലേയ്ക്ക് നടന്നു. പക്ഷേ പോണ പോക്കില് ഇതു പറയാൻ മറന്നില്ല

"അന്നത്തെപ്പോലെ വല്ലോം എന്നോട്ടു ചോദിച്ചാ ഞാനപ്പ വീട്ടിപ്പോകും."

ചിരി വന്നെങ്കിലും മെല്ലെ അതടക്കി.

മറിയക്കുട്ടി കൂടെക്കൂടിയിട്ട് വർഷങ്ങളായി. പാവമാണ്. കെട്ടിയോന് കൂലിപ്പണിയാണ്. പിള്ളേരില്ല. സൂസന്നയെ അവൾക്ക് കണ്ണെടുത്താൽ കണ്ടൂട.

എനിയ്ക്ക് അതിഥികളുള്ള ദിവസങ്ങളിലും സുഖമില്ലാതാവുന്ന അവസരങ്ങളിലും മറിയക്കുട്ടി വീട്ടിൽ പോവാറില്ല. സ്റ്റോർറൂമിലെ സാധനങ്ങളൊതുക്കി കോസടി വിരിച്ച് അവിടെ കിടക്കും.

കഴിഞ്ഞ തവണ സൂസന്ന വന്നപ്പോളും അങ്ങനെയായിരുന്നു.

അന്ന് സൂസന്ന വന്നത് മാനസീകവും ശാരീരികവുമായി പീഢിപ്പിയ്ക്കപ്പെടുന്ന സ്ത്രീകൾക്ക് പിന്തുണ നൽകാനുള്ള പരിപാടിയുമായി ബന്ധപ്പെട്ട് ഒരു മലയോര പ്രദേശത്തു സംഘടിപ്പിച്ച ക്യാമ്പുകഴിഞ്ഞായിരുന്നു.

ഇത്തിരി വൈനും കഴിച്ച് ഭക്ഷണം കഴിയ്ക്കാനിരുന്നതായിരുന്നു ഞങ്ങൾ. വിളമ്പിക്കൊണ്ടിരുന്ന മറിയക്കുട്ടിയോട് അപ്രതീക്ഷിതമായി ആയിരുന്നു സൂസന്നയുടെ ഈ ചോദ്യം.

"മറിയാമ്മോ,

എനിയ്ക്കിന്നു നല്ല മൂഡാ, ഇത്തിരി അന്തിയൊക്കെ അടിച്ച് നേരത്തേ വായോന്ന് മറിയാമ്മ എപ്പളാ അവസാനായി തോമാച്ചായനോടു പറഞ്ഞേ ?"

mfoshi

"ഹെന്റെ കർത്താവേ ?"

സൂസന്നയുടെ ചോദ്യംകേട്ട് മറിയക്കുട്ടി അന്തം വിട്ടു നിന്നു.

"വൈൻ കുടിച്ച് കുടിച്ച് കൊച്ചിന്റെ വെളിവുപോയോ അതോ കൊച്ചെന്നെ അത്തരക്കാരിയായാണോ കാണണേ ?"

"എത്തരക്കാരി, അതെന്നാ തോമാച്ചായൻ മറിയക്കുട്ടീടെ കെട്ടിയോനല്ല്യോ, അങ്ങേരോടല്ലാതെ അയലോക്കത്തെ പൈലിച്ചായനോടാണോ പിന്നെ ചോദിക്കണ്ടേ ?"

"ഈ കൊച്ചിനു പ്രാന്താ, എന്റെ ദിശക്കൊച്ചിനെക്കൂടെ ചീത്തയാക്കും."

വെട്ടിത്തിരിഞ്ഞ് അടുക്കളയിലേക്കു പോകുംവഴി മറിയക്കുട്ടി പിറുപിറുത്തു.

"നിനക്കെന്നാ സൂസൻ, പാവം മറിയക്കുട്ടി, അവരെ എന്നാത്തിനാ വെറുതേ... ?"

സൂസന്ന ഉറക്കെ ചിരിച്ചു.

"കളിയാക്കിയതല്ല ദിശ, നീ അവരുടെ പ്രതികരണം കണ്ടോ, എനിക്കുതോന്നുന്നത് ഈയൊരു ചോദ്യത്തിന് നല്ല ഒരു ശതമാനം സ്ത്രീകളുടേയും പ്രതികരണം ഏകദേശം ഇങ്ങനെ തന്നെയാവും.

ദൈവത്തിനു നിരക്കാത്തത്.

ഞാനത്തരക്കാരിയല്ല...

അങ്ങേർക്കെന്തുതോന്നും ?

അങ്ങനൊക്കെ പറയാമോ...?

മോശക്കാരിയാവില്ലേ ?

അങ്ങനെയങ്ങനെ ...

ഭയമാണ് എല്ലാവർക്കും.

ശാരീരികമായ ആവശ്യങ്ങളെപറ്റി ഭർത്താക്കന്മാരോടാണെങ്കിലും സ്ത്രീകൾ സംസാരിക്കുന്നതോ, അവരതിനു മുൻകൈയ്യെടുക്കുന്നതോ മോശമാണ് എന്ന ചിന്തയാണ് പലർക്കും.

സ്ത്രീകൾക്ക് ശാരീരികമായ ആവശ്യങ്ങൾ ഇല്ല എന്നാണോ ? അതോ അതേപറ്റി സംസാരിക്കാൻ പാടില്ല എന്നതോ?"

"നീയെന്താണു സൂസൻ പറയുന്നത് ശാരീരിക ബന്ധത്തിലുപരി

മാനസീകമായ അടുപ്പം എന്നൊന്നില്ലേ. അപ്പോൾപ്പിന്നെ അതൊരു പ്രശ്നമാണോ ?"

"ദിശാ, ഭർത്താവ് ശാരീരികമായ ആവശ്യങ്ങളുമായി സമീപിയ്ക്കുമ്പോൾ ഇന്നിനി വയ്യ, ഉറങ്ങട്ടെ എന്ന് പറയാൻ മടിയ്ക്കുന്ന സ്ത്രീകളുണ്ടിപ്പോഴും, ഭാര്യയ്ക്ക് താൽപ്പര്യമുണ്ടോ എന്നു തിരക്കാതെ അവരവരുടെ ആവശ്യം കഴിച്ചു പോവുന്ന ഭർത്താക്കന്മാരും. മാനസീകമായ പൊരുത്തമില്ലായ്മ, അഡ്ജസ്റ്റ് ചെയ്യേണ്ടി വരുന്നു എന്ന അസ്വസ്ഥത, ഇതൊക്കെ ആവും പരിണിത ഫലം. എന്നെ മനസിലാക്കുന്ന ഒരാൾ എവിടെയോ ഉണ്ട് എന്ന തോന്നലിൽ മൂന്നാമതൊരു മുഖം തേടിയിറങ്ങും ചിലർ "

"പരസ്പരം ഉടമ്പടികളോ ഉപാധികളോ ഇല്ലാതെ പ്രണയിയ്ക്കുന്നവർ, അങ്ങനേയും കാണില്ലേ, ശാരീരികമായ ആവശ്യങ്ങളേക്കാൾ മാനസീകമായ അനാഥത്വമാകില്ലേ അങ്ങനെയുള്ള ബന്ധങ്ങൾക്ക് കാരണം?"

"ഉപാധികളില്ലാത്ത പ്രണയം അതിന്റെ നിവൃതി എന്നൊക്കെപറഞ്ഞ് ക്ലാസ്സെടുക്കാനാണേൽ ദിശാ നമുക്ക് ഇതിവിടെ നിർത്താം.

വേറെ ഒരു മാർഗ്ഗവുമില്ലാതെ വരുമ്പോൾ നമുക്കങ്ങ് ഉപാധികളില്ലാതെ പ്രണയിച്ചേക്കാമെന്ന്, ഏത്, അതും കുടുംബത്തിനു വെളിയിൽ. ഞാനതല്ല കൊച്ചേ പറേണത്, കെട്ടിയോനോടത്ര പ്രണയമാണെങ്കിൽ ഏതാവശ്യവും തുറന്നു പറയാൻ പറ്റണ്ടേ പുതിയ സാരി, മാല, സിനിമ, ബിരിയാണി... ഈ സ്ഥിരം ലിസ്റ്റൊന്നു മാറ്റിപ്പിടിച്ച് ?

കെട്ടിയോന്റെ മൂഡുമാത്രം നോക്കിയിരിയ്ക്കാതെ അവനോടു തോന്നുവാണേൽ അത് പങ്കാളിയോട് വേണ്ടുന്നരീതിയിൽ കമ്മ്യൂണിക്കേറ്റു ചെയ്യാൻ എത്ര സ്ത്രീകൾ തയ്യാറാവുന്നുണ്ട്. സ്വന്തം ഇഷ്ടവും താത്പര്യവും തുറന്നു പറയാൻമാത്രം അവളെ കംഫർട്ടബിളാക്കാൻ അവനെന്തുകൊണ്ട് കഴിയുന്നില്ല?

നീയീ പറയുന്ന ഉപാധികളില്ലാത്ത പ്രണയമൊക്കെ

കടമയും കടപ്പാടുമോർത്തുള്ള അഡ്ജസ്റ്റ്മെന്റുകളിൽ മടുത്തുപോയവർ സ്വയമൊരുക്കുന്ന ഒരു കംഫർട്ട് സോണാണ്. സാഹചര്യങ്ങൾക്കനുസരിച്ച് എപ്പോൾ വേണമെങ്കിലും മാറാവുന്നവ."

സൂസന്ന അങ്ങനെയാണ്, എന്നോടും എനിയ്ക്കും എന്തും തുറന്നു സംസാരിയ്ക്കാനുള്ള അടുപ്പമുള്ളവൾ. അതൊക്കെ മേരിക്കുട്ടിയ്ക്കും അറിവുള്ളതാണെങ്കിലും അവളുടെ ഈ ബഹളവും നേരേ വാ നേരേ പോ സംസാരവും മേരിക്കുട്ടിയ്ക്ക് പേടിയാണ്. അതൊക്കെ നരകത്തിലേയ്ക്കുള്ള

മാർഗ്ഗമെന്നാണ് മേരിക്കുട്ടിയുടെ ഭാഷ്യം.

"മനസ്സിന് പ്രണയവും സ്നേഹവും എത്രത്തോളം ആവശ്യമാണോ, ശരീരത്തിനും അതിന്റേതായ ആവശ്യങ്ങളുണ്ടാകും.

അത് ഓരോ പ്രായത്തിലും ഓരോ സാഹചര്യത്തിലും ഓരോന്നാ യിരിയ്ക്കും.

ചിലപ്പോൾ പ്രിയപ്പെട്ടവൻ മുറുകെയൊന്ന് പുണരുന്നതാവും സെക്സി നേക്കാൾ അവളെ തൃപ്തിപ്പെടുത്തുക."

"ദിശാ, ഞാൻ ശാരീരികമായ ആവശ്യങ്ങളെന്നു പറഞ്ഞതിനെ സെക്സെന്നു മാത്രമെടുക്കേണ്ട നീ.

ഒന്നു പുണരുന്നതോ ചുംബിയ്ക്കുന്നതോ സെക്സിന്റെ തുടക്കമെന്ന രീതിയാണ് പല പുരുഷന്മാർക്കും.

സെക്സിനുവേണ്ടിയല്ലാതെ തന്നെ നീയെനിയ്ക്കത്രമേൽ പ്രിയപ്പെട്ടവ ളെന്ന് അവരെ ഒന്ന് ചേർത്തു പിടിയ്ക്കുന്നതിലൂടെ, നെറുകയിലൊന്ന് ഉമ്മ വയ്ക്കുന്നതിലൂടെ വൈകാരികമായ ഒരു സുരക്ഷിതത്വമാണ് അവൾക്കു പകർന്നു നൽകുന്നതെന്ന് അവനറിയുന്നില്ല.

വിവാഹത്തിന്റെ ആദ്യനാളുകൾക്കപ്പുറം പങ്കാളിയോടുള്ള പ്രണയമോ സ്നേഹമോ പ്രകടിപ്പിയ്ക്കപ്പെടേണ്ട ഒരു വസ്തുവായി പലരും എടുക്കുന്നില്ല എന്നതാണു സത്യം.

കുടുംബത്തിനുവേണ്ടിയാണു ഞാൻ ജീവിയ്ക്കുന്നതും കഷ്ടപ്പെടുന്നതും, അപ്പോൾ പ്രത്യേകിച്ചൊരു സ്നേഹപ്രകടനം ആവശ്യമുണ്ടോ എന്ന സംശയമാണ് പലർക്കും."

"സൂസൻ, ആത്മീയ ജീവിതം നയിയ്ക്കുന്നവരും വിധവയാക്കപ്പെട്ടു ന്നവരും വിവാഹമോചനം നടത്തുന്നവരുമൊക്കെ നീയീ പറയുന്ന ആവശ്യങ്ങളെ അതിജീവിച്ചവരല്ലേ ?"

"മാനസികവും ശാരീരികവുമായ കാമനകളെ അതിജീവിച്ച് ആത്മീയ ജീവിതം നയിയ്ക്കുന്നവർ തീർച്ചയായും.

നീ പറഞ്ഞ മറ്റൊരു വിഭാഗം, ജീവിതത്തിൽ പല കാരണങ്ങൾ കൊണ്ട് തനിച്ചായി പോയവർ, ചിലപ്പോൾ വൈകാരികമായ മരവിപ്പ്, സാഹചര്യങ്ങളുടെ സമ്മർദ്ദം, സ്വന്തം ആവശ്യങ്ങളേക്കാൾ വലുത് കടമകളും കടപ്പാടുകളും എന്ന് കരുതുന്നവർ, തനിച്ചായിപ്പോയവർക്കും അവഗണിയ്ക്കപ്പെടുന്നവർക്കും കടമ്പകളേറെയാണ് കൊച്ചേ, സ്വന്ത മായി ആവശ്യങ്ങളുണ്ടെന്നു ചിന്തിയ്ക്കാനവർ മടിയ്ക്കും, ചിലപ്പോൾ

ഭയക്കും, ഒറ്റപ്പെടലിനോട് സ്വയം പൊരുത്തപ്പെട്ടു തുടങ്ങും, അല്ലെങ്കിൽ സ്വകാര്യതയിൽ സ്വയം നിവർത്തി കണ്ടെത്തും."

ഞാനീ പറഞ്ഞത് ഇവരെക്കുറിച്ചൊന്നുമല്ല, പങ്കാളി കൂടെയുണ്ടെന്നിരിയ്ക്കെത്തന്നെ ഒരു കുടുംബത്തിനുള്ളിൽ ഉണ്ടാക്കപ്പെടുന്ന വൈകാരികമായ അനാഥത്വം, അകൽച്ച, അറിവില്ലായ്മയെ ഒക്കെപ്പറ്റിയാണ്."

നീ മേരിക്കുട്ടിയുടെ പ്രതികരണം തന്നെ കണ്ടില്ലേ?

ഞാനിന്നലെ ക്യാമ്പിൽവച്ച് സംസാരിച്ച ഒരു യുവതിയുടെ കാര്യം പറയാം. മൂന്നുവയസുള്ള ഒരു മകളുണ്ട് അവർക്ക്, കല്യാണം കഴിഞ്ഞിട്ട് നാലഞ്ചുകൊല്ലമായിക്കാണും. മുപ്പതു വയസ്സിലായിരുന്നു കല്യാണം. സാമ്പത്തീക പരാധീനതകൊണ്ട് നീണ്ടുപോയതാണ്.

ക്യാമ്പിൽ വന്നത് വിവാഹമോചനം കിട്ടാനും ചിലവിനു കിട്ടാനുമൊക്കെ എന്തുചെയ്യണമെന്നറിയാനാണ്. ഏഴാംക്ലാസ് വിദ്യാഭ്യാസമേയുള്ളൂ."

"എന്തേ കാരണം ശാരീരിക പീഢനമോ ?"

"അല്ല. മാനസീക പീഢനം. നമുക്ക് അളക്കാൻ ബുദ്ധിമുട്ടാണത്. അടിയില്ല, വഴക്കില്ല, വീട്ടുകാര്യമെല്ലാം നന്നായി നോക്കുന്നു."

"പിന്നെന്താ പ്രശ്നം ?"

"ഭർത്താവിന്റെ പരസ്ത്രീ ബന്ധം. അയാൾ ഭർത്താവു മരിച്ച ഒരു സ്ത്രീയുമായി അടുപ്പത്തിലാണ്. അവരെ ഉപേക്ഷിയ്ക്കാനോ ഭാര്യയേയും കുഞ്ഞിനേയും വേണ്ടെന്നുവയ്ക്കാനോ അയാൾ തയ്യാറല്ല.

എന്നിൽ നിന്നു കിട്ടാത്ത എന്താണവൾക്കെന്ന ഭാര്യയുടെ ചോദ്യത്തിന് മറ്റേ സ്ത്രീയുമായുള്ള ഓറൽ സെക്സ് വീഡിയോയാണ് അയാൾ അവൾക്ക് കാണിച്ചുകൊടുത്തത്. അതു കണ്ട തകർച്ചയിലാണ് ഇവർ നിയമോപദേശം തേടി വന്നത്.

എന്റെ മുന്നിലിരുന്ന് കരയുന്നതിനിടയിലും അവർ പറയുന്നുണ്ടായിരുന്നു, പത്തുമുപ്പതുകൊല്ലം ദൈവഭയത്തോടെ കഴിഞ്ഞവളാ ഞാൻ, കാശില്ലേലും കൊള്ളാവുന്ന കുടുമ്മത്തൊണ്ടായതാ ഞാൻ, ആ എനിയ്ക്ക് കണ്ട അറുവാണിയെപ്പോലെ കൂത്താടാൻ പറ്റുവോ സാറേ ?"

സൂസൻ ഒന്നു നിർത്തി എന്നെ നോക്കി "ഇവിടെ ആരെ നീ കുറ്റപ്പെടുത്തും ദിശ?"

"ഭാര്യയുടെ ഇഷ്ടക്കേടുകളറിഞ്ഞ് അയാൾ അഡ്ജസ്റ്റു ചെയ്യണമായിരുന്നോ? ഭർത്താവിന്റെ വ്യത്യസ്ത താത്പര്യം മനസ്സിലാക്കി അവർ

മാറണമായിരുന്നോ?

അയാൾക്ക് ആ സ്ത്രീ അയാളുടെ ശാരീരികമായ താത്പര്യങ്ങൾക്കൊരു ഉപാധിമാത്രമാണ്. അതിനുവേണ്ടി ഭാര്യയേയും കുട്ടിയേയും വേണ്ടെന്നുവയ്ക്കാനയാൾ തയ്യാറല്ല.

സ്വന്തം ഇഷ്ടവും ഇഷ്ടക്കേടുകളും പരസ്പരം തുറന്നു പറയാനോ രണ്ടു പേർക്കും സ്വീകാര്യമായ ഒരു പരിഹാരം കണ്ടെത്താനോ ആവാതെ വരുമ്പോൾ കുറുക്കുവഴികളോ, ചിലപ്പോൾ അഴിയാക്കുരുക്കുകളോ ഉണ്ടാവുന്നു."

ക്യാമ്പിൽ കണ്ട പലതരം ശാരീരിക, മാനസീക പീഢനങ്ങളുടേയും, ഗാർഹീക പീഢനങ്ങളുടേയും പിന്നാമ്പുറക്കഥകളെല്ലാം തന്നെ ഒരുതരത്തിലല്ലെങ്കിൽ മറ്റൊരു തരത്തിൽ സാമ്പത്തീകമോ, വൈകാരീകമോ ആയ അസംതൃപ്തിയുടെ ഉപോൽപ്പന്നങ്ങളായിരുന്നു.

"ദിശാ, പിന്നെ വേറെ ഒരു വിഭാഗമുണ്ട്,

ഇടിഞ്ഞു പോയ കുന്നുകളും വരണ്ട സമതലങ്ങളും ഉള്ള ഭൂമിയെ ആരാണ് പ്രണയിയ്ക്കുക.

അതുപോലെ അടിവയറിലേയ്ക്ക് നീളുന്ന വരിയൊത്ത സ്വർണ്ണ രോമങ്ങൾക്കിടയിൽ തെളിയുന്ന വെളുത്ത വരകളും, പലവട്ടം മുറിച്ചു തുന്നിയ വയറിലെ പാടുകളും അവനെ ഒരു നാൾ അസ്വസ്ഥനാക്കും, കൊഴുപ്പടിഞ്ഞ ഇടുപ്പുകളും ഇടിഞ്ഞു തൂങ്ങിയ മാറിടങ്ങളും വേണ്ടാത്ത അവൻ തിരിഞ്ഞു കിടന്ന് മിനുമിനുത്ത ഉടലുകൾ ഓർത്തു നെടുവീർപ്പിട്ടു തുടങ്ങും.

ഉടലുകളുടെ പ്രണയങ്ങളൊക്കെ അങ്ങനെയാണ്, മാറിലേക്ക് നീളുന്ന മിഴികളേക്കാൾ പ്രണയം തോന്നുന്നത് മിഴികൾ മിഴികളിലേയ്ക്ക് നീളുമ്പോളാണെന്നു പലരും മറന്നു പോകുന്നു.

പതുക്കെ അവളും ഒരു പൂവിന്റെയോ പൂമ്പാറ്റയുടെയോ മറയിലൊളിച്ച് ഏതെങ്കിലും സോഷ്യൽ മീഡിയയിലെ ചാറ്റ് ബോക്സിൽ തെളിയുന്ന പൊള്ളയായ പ്രണയത്തിനു കാതോർത്തു തുടങ്ങും.

അപ്പോഴും പക്ഷേ സ്വന്തം മറനീക്കി പുറത്തു വരാനാവാത്ത വിധം അപകർഷത അവളെ മൂടിയിരിയ്ക്കും. ബന്ധങ്ങളിലുള്ള വിശ്വാസം നഷ്ടപ്പെട്ടു തുടങ്ങിയിരിയ്ക്കും.

എങ്കിലും ആരെന്നോ ഏതെന്നോ അറിയാത്ത ആരുടെയോ വാക്കുകളിൽ അവൾ ആശ്വാസം തേടിക്കൊണ്ടിരിയ്ക്കും.

എല്ലാവരും അങ്ങനെയെന്നല്ല, അങ്ങനെയും ഉണ്ടെന്ന പറഞ്ഞെന്നു മാത്രം.

പങ്കാളിയുടെ പോരായ്മകൾ ഏറെ എന്ന് തോന്നുമ്പോൾ, അവഗണിയ്ക്കപ്പെടുമ്പോൾ, അല്ലെങ്കിൽ മികച്ച മറ്റെന്തോ എന്ന തോന്നലിൽ, എന്ന് ഉള്ളുതുറന്ന് പരസ്പരം സംസാരിയ്ക്കാനുള്ള മനസ്സ് നഷ്ടമാവുന്നോ അന്ന് മുതൽ സാഹചര്യങ്ങളുടെ കുരുക്കുകളിൽപ്പെട്ട് ഒന്നിച്ച കഴിയേണ്ടി വന്നാലും അവർ മനസ്സുകൊണ്ട് ഇരു ദിശകളിലേക്ക് നടന്നു തുടങ്ങും, പലപ്പോഴും മടങ്ങാനാവാത്ത അത്ര ദൂരം. ചിലർ പ്രകടമാക്കുന്നു ചിലർ ഉള്ളിലൊതുക്കുന്നു, അത്രമാത്രം

പിന്നെ മറ്റൊന്ന് കൂടിയുണ്ട് ചില ശീലങ്ങൾ നമ്മൾ കൂടെ കൂട്ടുന്നതു പോലെയാണ് ചില ആൾക്കാരും അവരുടെ സാമീപ്യവും, വർഷങ്ങളുടെ ഒന്നിച്ചുള്ള യാത്ര, ഒരേ മനസ്സോടെ കൈകോർത്തു പോകുന്നവരെയല്ല, സാഹചര്യങ്ങൾ കൊണ്ട് ഒന്നിച്ച പോകേണ്ടി വരുന്നവർ, അവർക്ക് ആ പൊരുത്തമില്ലായ്മ ഒരു ശീലമായി മാറും, ഫലം എന്താണെന്നു ഊഹിയ്ക്കാമല്ലോ."

***

അന്ന് സൂസന്നയുമായുള്ള ഈ സംഭാഷണമൊക്കെ കേട്ട ഓർമ്മയിലാവും ഇപ്പോൾ മേരിക്കുട്ടിയുടെ ഈ പ്രതികരണം.

ആളെ ഒന്നു തണുപ്പിച്ചില്ലെങ്കിൽ പട്ടിണിയാവും.

ഞാനടുക്കളയിലേയ്ക്കു ചെന്നപ്പോൾ മേരിക്കുട്ടി പാത്രം കഴുകിക്കൊണ്ടിരിയ്ക്കുയായിരുന്നു.

"ഞാനീ പറഞ്ഞതൊന്നും കൊച്ചാ സൂസന്നക്കൊച്ചിനോടു പറേണ്ട കേട്ടാ. അതിന് വായീത്തോന്നണത് പറേണതാവും. അങ്ങനൊള്ളോരുടെ ഉള്ള് ശുദ്ധാ."

മേരിക്കുട്ടി ഒരു ദീർഘശ്വാസം വലിച്ചു.

"കള മേരിക്കൊച്ചേ, അവളൊന്നും വിചാരിച്ചോണ്ട് പറഞ്ഞതാവില്ല അന്ന്."

മേരിക്കുട്ടി അതിനുമറുപടിയൊന്നും പറഞ്ഞില്ല.

"കൊച്ചിനറിയാവോ തോമാച്ചനെന്നെ കെട്ടീട്ട് കൊല്ലം പതിനഞ്ചായി, അതിയാന് പിള്ളാരൊണ്ടാകേലന്ന് കെട്ടി മാസം ഒന്നായപ്പഴാ അങ്ങേരു പറേണെ.

കെട്ടണേനു മുന്നേ അങ്ങേരു പണിയെടുത്തിരുന്ന കമ്പനീല് ഏതാണ്ട് സമരോക്കെ ഒണ്ടാരുന്നെന്ന്.

അന്നേതാണ്ട് ആസ്ഡ് ബൾബേറോ ബഹളോക്കെ നടന്നാരുന്നു. അതിയാനുവൊണ്ടാരുന്നു സമരത്തിന്, ആ ബഹളത്തില് അതിയാന്റെ നിക്കറിന്റെ പോക്കറ്റീക്കെടന്ന ആസിഡ്ബൾബ് പൊട്ടിയതോ മറ്റോ ആണ്. ഒരു കാല് മുട്ടുവരെ ഇപ്പളുവൊണ്ട് പൊള്ളിയ പാട്.

കാര്യം പറഞ്ഞിട്ട് എനിയ്ക്കു നിന്നെ ജീവനാടീ മേരിക്കൊച്ചേ, എന്നെ യിട്ടേച്ചു പോകല്ലേന്ന് ഒരേ കരച്ചില്.

ഞാനമ്മച്ചിയോട്ടു പറഞ്ഞപ്പ പറഞ്ഞു കെട്ടുമുറിച്ച് വീട്ടി വന്നാ താഴെയൊള്ളതുങ്ങടെ ഭാവി പോകും. അവൻ കുടുമ്മസ്നേഹോള്ളവനാ, മക്കളു പൊരുത്തപ്പെട്ടു കഴിയ്, നിനക്ക് ഉണ്ണാനുവുടുക്കാനുവൊന്നും ഒരു കൊറേം വരികേലന്ന്.

ശരിയാ, ഞാമ്പണിയെടുത്തില്ലേലും തിന്നാനും ഉടുക്കാനും അതിയാൻ പണിയെടുത്തോണ്ടു വരും. അതിനൊന്നും ഒരു കൊറേം ഇല്ല.

മേരിക്കുട്ടി വീണ്ടും ഒരു ദീർഘശ്വാസം വലിച്ചു.

“അന്ന് തോമാച്ചനെയിട്ടേച്ച് ചെല്ലാൻ അമ്മച്ചി പറഞ്ഞിരുന്നേ മേരിക്കുട്ടി പോകുവായിരുന്നോ.?”

മേരിക്കുട്ടി ഒരുനിമിഷം എന്തോ ആലോചനയോടെ നിശ്ചലയായിരുന്നു.

പിന്നെ എന്നെ നോക്കാതെ, ഞാൻ ചോദിച്ചതു കേൾക്കാത്ത പോലെ തലകുനിച്ച് തേച്ചുമെഴക്കിയ പാത്രം വീണ്ടും വീണ്ടും തേച്ചുകൊണ്ടിരുന്നു.

****

ചിലപ്പോൾ ചില മൗനങ്ങൾ തന്നെ ഉത്തരമാണ്, ചിലപ്പോൾ ഉത്തരമില്ലായ്മയും...

അഹമ്മദിന്റെ ഉമ്മ

കുട്ടിക്കാലത്ത് ഒരുദിവസം ആശുപത്രിയിൽപ്പോയ അച്ചമ്മ ആംബുലൻസിൽ മടങ്ങിവരും വരെ ആ വണ്ടിയെ അത്രയൊന്നും ശ്രദ്ധിച്ചിരുന്നില്ല എന്നതായിരുന്നു സത്യം. വല്യ ഒരു ശൂന്യതയായിരുന്നു അച്ചമ്മ പോയതിനുശേഷം.

അത്രമേൽ പ്രിയപ്പെട്ടൊരാളെ കൊണ്ടുപോയ വണ്ടി എന്ന് പിന്നെ ആംബുലൻസ് കാണുമ്പോളൊക്കെ അതിനെ വെറുത്തു, വണ്ടിയ്ക്ക് അതിൽ റോളൊന്നും ഉണ്ടായിരുന്നില്ല എങ്കിലും. പിന്നെ ആ വെറുപ്പിനെ പ്രാർത്ഥനകൾക്ക് വഴിമാറ്റി വിട്ടു, "ദൈവമേ ആ വണ്ടിയ്ക്കുള്ളിൽ ആരായിരുന്നാലും അപത്തൊന്നും കൂടാതെ അവരുടെ വീട്ടിൽ മടങ്ങിയെത്തണേ എന്ന്".

ആശുപത്രിക്കാഴ്ച്ചകളും ആശുപത്രി ജീവിതവും അത്ര സുഖകരമായ ഓർമ്മകളല്ല, പല അനുഭവങ്ങളിൽ നിന്നും.

ഒരുപാട്ട വർഷം കഴിഞ്ഞ് സർജിയ്ക്കൽ ഐസിയുവിനു മുന്നിൽ മറ്റൊന്നും ചെയ്യാനില്ലാതെ ഫോണിൽ കുത്തിക്കൊണ്ടിരുന്നും വരാന്തയിലൂടെ അങ്ങോട്ടുമിങ്ങോട്ടും നടന്നും സമയം കഴിച്ചുകൂട്ടുന്ന മരവിച്ച മുഖമുള്ള ഒരുപാടാളുകൾക്കിടയിൽ പെട്ടുപോയിട്ട് ദിവസങ്ങളായിരുന്നു. പ്രതീക്ഷ കളയാതെ തിരിച്ചുപിടിയ്ക്കാൻ ശ്രമിച്ചുകൊണ്ടിരുന്ന ദിവസങ്ങൾ.

ഇടക്കെങ്കിലും ഔപചാരികത തീരെയില്ലാതെ സംസാരിയ്ക്കുന്ന ചില സന്ദർശകർ അലോസരമുണ്ടാക്കി. അവരോടു സംസാരിയ്ക്കുന്നവരുടെ മാത്രമല്ല ചുറ്റുമിരിയ്ക്കുന്നവരുടെ കൂടെ ആത്മവിശ്വാസം തകർത്തുകളയും ചിലർ. പ്രത്യേകിച്ച് ആശുപത്രിക്കട്ടിലിൽ അനക്കമില്ലാതെ

എങ്ങോട്ടെന്നോ എന്തെന്നോ അറിയാതെ കിടക്കുന്ന ആൾ അവർക്കാരുമല്ല എന്നിരിക്കെ, വെറും ഔപചാരികമായ സന്ദർശനത്തിനു മാത്രമാണ് അവർ വന്നതെന്നിരിക്കെ, ഒരുപാട്ടറക്കെ സംസാരിയ്ക്കാമവർക്ക്, പൊട്ടിച്ചിരിയ്ക്കാം, അസുഖമോ അപകടമോ അതിജീവിയ്ക്കാത്തവരുടെ, ഇനിയും ദുരിതത്തിൽ നിന്ന് കരകയറാത്തവരുടെ കഥകൾ പറയാം. കേൾക്കുന്നവരുടെ മാനസികാവസ്ഥയ്ക്ക് അവിടെന്തു കാര്യം ?

ആദ്യ ദിവസങ്ങളിൽ ആ വാതിൽ തുറക്കുമ്പോൾ പ്രതീക്ഷയോടെ പോയി നോക്കും, എന്തെങ്കിലും ശുഭവാർത്ത... ഒക്കെ വെറുതെ... ഒരു മാറ്റവുമില്ലാതെ കടന്നു പോവുന്ന ദിനങ്ങൾ, ആദ്യമൊക്കെ നിറഞ്ഞിരുന്ന മിഴികൾ വരണ്ടു തുടങ്ങും, ഉള്ളിൽ ഒരു നോവ് കനത്തു നിൽക്കും, ആരോടും മിണ്ടാനാവാതെ. ആർക്കും മിഴി കൊടുക്കാതെയിരിയ്ക്കാൻ നല്ല വഴിയാണ് കണ്ണടച്ച് ഭിത്തിയിൽച്ചാരിയിരിയ്ക്കുക, അല്ലെങ്കിൽ കാര്യമായെന്തോ തിരയുന്ന മട്ടിൽ ഫോണിൽ തോണ്ടിയും കുത്തിയും ഇരിയ്ക്കുക.

അങ്ങനെ കണ്ണടച്ച് ഉറങ്ങിയമട്ടിൽ ആശുപത്രി വരാന്തയുടെ ഓരത്തെ കസേരയിലൊന്നിൽ ഇരുന്നപ്പോളാണ് അടുത്ത് പതിഞ്ഞ ഒരു സ്വരം. “ഇവിടെ ഒന്നിരുന്നോട്ടെ ?” തൊട്ടടുത്ത കസേരയിൽ എന്റെ ബാഗിരിപ്പുണ്ടായിരുന്നു.

നിസ്ക്കാരത്തഴമ്പിനുമേൽ പടർന്ന വിയർപ്പുതുടച്ച് താടിയും മുടിയും നരച്ചുതുടങ്ങിയ ഒരു മനുഷ്യൻ, മുൻപെന്നോ പരാലിസിസ് വന്നതിനാലാവണം സംസാരിയ്ക്കുമ്പോൾ ഒരു വശത്തേയ്ക്ക് കോടിപ്പോവുന്ന ചുണ്ടുകൾ.

അതിനെന്താ എന്ന് ചോദിച്ച് ബാഗെടുത്തു മാറ്റിയപ്പോൾ ഒന്ന് ചിരിക്കാൻ ശ്രമിച്ചുകൊണ്ട് അദ്ദേഹം അടുത്തിരുന്നു.

“മോള് കയ്ച്ച”, ഉവ്വെന്നു തലയാട്ടി മെല്ലെ ചിരിയ്ക്കാൻ ഞാനും ശ്രമിച്ചു.

ഞാനാ കസേരയുടെ ഭാഗമായിട്ട് നാലഞ്ചു ദിവസമായിരുന്നു. അദ്ദേഹം വന്നിട്ടും ഏതാണ്ട് അത്രതന്നെ ദിവസമായി എന്നറിയാൻ കഴിഞ്ഞു.

ആരാണ് എന്താണ് അകത്തെ കട്ടിലിൽ എന്നൊന്നും ചോദിയ്ക്കാനുള്ള ധൈര്യം ഉണ്ടായില്ല എന്നതാണ് സത്യം.

ആരോടെങ്കിലും മിണ്ടണം എന്നുള്ളതുകൊണ്ടാവും അദ്ദേഹം തന്നെ പറഞ്ഞത്, പതിനഞ്ചു വയസ്സുള്ള ഇളയമകനാണ് അകത്ത്, അഹമ്മദ്, ബ്ലഡ്പ്രഷറ് തലയ്ക്കടിച്ചതാണെന്ന്,വെന്റിലേറ്ററിൽ ആണ്.

ആശ്വാസ വാക്കുകൾ പൊള്ളയാണെന്നറിയാതെയല്ല, കുട്ടിയല്ലേ, വേഗം അസുഖം മാറും എന്ന് പറഞ്ഞപ്പോൾ, അതെ മാറും എന്നു പറഞ്ഞ് അദ്ദേഹം വീണ്ടും ചിരിയ്ക്കാൻ ശ്രമിച്ചു.

പിറ്റേന്നാണ് അഹമ്മദിന്റെ ഉമ്മയെ കാണുന്നത്, അതിനു മുൻപും ആ കസേരകളിലൊന്നിൽ വന്നിരുന്നിട്ടുണ്ടാവാം, ശ്രദ്ധിച്ചിരുന്നില്ല.

ഇനി കരയാനൊട്ടും ബാക്കിയില്ലെന്നു പറയുന്ന മുഖം, മെലിഞ്ഞ് അധികം പൊക്കമില്ലാത്ത ഐശ്വര്യമുള്ള ഒരുമ്മ.

രാവിലെ ഒരുതവണ അകത്തുകയറി രോഗിയെ കാണാം. വലത്തോട്ട് തിരിഞ്ഞ് രണ്ടാമത്തെ കട്ടിലിൽ ഓനുണ്ട് എന്ന് ഉമ്മ പറഞ്ഞിരുന്നു, പക്ഷേ അകത്തു കയറുന്നതേ നെഞ്ചിടിപ്പാണ്, മെഷീനിന്റെ ശബ്ദമല്ലാതെ മറ്റൊരനക്കവുമില്ലാതെ ഒരുപാട് കുഴലുകളിൽ ബന്ധിയ്ക്കപ്പെട്ടു കിടക്കുന്ന മനുഷ്യർ, ആരേയും നോക്കാൻ ധൈര്യമുണ്ടാവില്ല.

നമ്മുടെ പ്രിയപ്പെട്ട ആളെ കണ്ടിറങ്ങുമ്പോൾ പരസ്പരം നോക്കും. പിന്നെ നിരാശയോടെ തലയാട്ടും. അങ്ങനെ തന്നെ ഇപ്പോഴും എന്ന് പറയാതെ പറഞ്ഞ്.

ചിലപ്പോൾ ഉമ്മ പറയും, ഓന്റെ കണ്ണ് അനങ്ങിയപോലെ തോന്നി എന്ന്, വിരലനക്കിയപോലെ തോന്നി എന്ന്, ഞാൻ വിളിച്ചത് കേട്ടു എന്ന് തോന്നുന്നു എന്ന്, പിന്നെ നെടുവീർപ്പോടെ ദൂരെയെങ്ങോ നോക്കിയിരിയ്ക്കും. സാരിത്തുമ്പെടുത്ത് മുഖം പലതവണ അമർത്തി തുടച്ച്. ഉമ്മ അങ്ങോട്ടോ ഇങ്ങോട്ടോ മാറുമ്പോൾ ഉപ്പ മെല്ലെ പറയും, "ഒന്നുമില്ല, അങ്ങനെ തന്നെ".

ദിവസങ്ങൾ കടന്നു പോയി.

ഇടക്കെപ്പോഴോ ആ ഉപ്പയും ഉമ്മയും പേരുപറഞ്ഞിരുന്നു, പക്ഷേ 'അഹമ്മദിന്റെ ഉപ്പ്', 'അഹമ്മദിന്റെ ഉമ്മ' എന്നല്ലാതെ മറ്റൊന്നും മനസ്സിൽ പതിഞ്ഞില്ല എന്നതാണ് സത്യം. ലക്ഷദ്വീപിൽ നിന്ന് ഹെലികോപ്റ്ററിൽ ആണ് അവനെ കൊണ്ടുവന്നത്. പെട്ടെന്നൊരു ദിവസം തളർന്നു വീഴുകയായിരുന്നു.

ഇടക്കെപ്പോഴോ അവന്റെ മൂത്ത സഹോദരനെ കണ്ടു. ചേച്ചീ എന്നു വിളിച്ച് കണ്ടപ്പോളൊക്കെ അവൻ വന്നു വിശേഷങ്ങൾ തിരക്കി.

ഉപ്പയും ഉമ്മയും പറഞ്ഞറിഞ്ഞാവണം, ഏറെ അടുപ്പമുള്ള ആരെയോ പോലെ.

അവനും പേരുപറഞ്ഞിരുന്നു, ഓർമ്മയിൽ നിന്നില്ല, 'അഹമ്മദിന്റെ ഏട്ടൻ', അതു മതിയല്ലോ. അതുവരെ കാണാത്ത അഹമ്മദിന്റെ പേരിൽ

ബന്ധിയ്ക്കപ്പെട്ട മൂന്നു മനുഷ്യരും പിന്നെ ഞങ്ങളും നിസ്സഹായതയ്ക്കിടയിലും എന്തൊക്കെയോ പറഞ്ഞ് ആശ്വാസം കണ്ടെത്താൻ ശ്രമിച്ചുകൊണ്ടിരുന്നു.

ഭക്ഷണം കഴിയ്ക്കുമ്പോൾ പോലും ആ ഉമ്മ വേറെ ഏതോ ലോകത്തായിരുന്നു. കണ്ണുകൾ ഉടക്കുമ്പോളൊക്കെ വെറുതെ ചിരിയ്ക്കാൻ ശ്രമിച്ചു, പിന്നെ മുഖം താഴ്ത്തി. വളരെ കുറച്ചുമാത്രം മിണ്ടി. മിണ്ടിയതൊക്കെ അവനെപ്പറ്റി മാത്രം, അഹമ്മദിനെ.

ആ സമയത്താണ് മുത്തുവേൽ എന്നൊരാളെ ആശുപത്രിയിൽ കൊണ്ടുവന്നതും രണ്ടു മൂന്നു ദിവസം കഴിഞ്ഞ് തിരികെ കൊണ്ടുപോയതും. ക്യാൻസർ അവസാന സ്റ്റേജ് ആയിരുന്നു. ഒന്നും ചെയ്യാനില്ല എന്നറിയാം. രാത്രിയിൽ ശ്വാസം കിട്ടാതെ പിടഞ്ഞപ്പോൾ കൊണ്ടുവന്നതാണ്. പക്ഷേ പ്രൈവറ്റാശുപത്രിയുടെ ചിലവുകൾ താങ്ങാൻ കെല്പില്ല. അവിടെ കിടത്തിയിട്ടും കാര്യമില്ല. എല്ലാവർക്കും അറിയുന്നതാണ്, എങ്കിലും മെഡിക്കൽ കോളേജിലേയ്ക്ക് കൊണ്ട് പോകു വേദനയ്ക്കുള്ള മരുന്നും ഓക്സിജനും അല്ലാതെ മറ്റൊന്നും കൊടുക്കാനില്ല എന്ന് ഡോക്ടർ പറയുന്നത് കേട്ടു.

തള്ളിക്കൊണ്ടുപോകുന്ന സ്ട്രെച്ചറിന് പിന്നാലെ നിറമുള്ള സാരിയുടുത്ത്, കുപ്പിവളകളിട്ട ആരോഗ്യം തീരെയില്ലാത്ത ഒരു വൃദ്ധ, അദ്ദേഹത്തിന്റെ ഭാര്യയാവും. മകനോ അടുത്ത ബന്ധുവോ ആരോ അവരെ എന്തൊക്കെയോ പറഞ്ഞ് സമാധാനിപ്പിയ്ക്കാൻ നോക്കുന്നുണ്ടായിരുന്നു.

മാറ്റമൊന്നുമില്ലാതെ കടന്നു പോകുന്ന ദിവസങ്ങൾ.

ആ ദിവസങ്ങളിലൊന്നിൽക്കണ്ടു, വീൽച്ചെയറിൽ ഉമ്മയുടെ മടിയിൽ ഒരു നാലുവയസ്സുകാരി, ആയിഷ. ഒറ്റയ്ക്ക് വീൽച്ചെയറിൽ അടങ്ങിയിരിയ്ക്കില്ല അവൾ. അതിനാണ് ഉമ്മയുടെ മടിയിൽ ഇരുന്നു വരുന്നത്. തളർച്ചയോടെയെങ്കിലും, ഉമ്മയുടെ മേത്തു ചാരിയിരുന്ന് അവൾ ചുറ്റും നോക്കും. അവൾക്കും ക്യാൻസർ ആയിരുന്നു, ചികിത്സയുടെ ഇടയ്ക്കായപ്പോൾ കിഡ്നി രണ്ടും തകരാറായി, ഡയാലിസിസിന് വരുന്നതാണ് അവളുടെ മുറിയിൽനിന്നും വീൽച്ചെയറിൽ.

അങ്ങനെ ആയിഷയും ഉമ്മയും കൂടെ ഇടയ്ക്കെങ്കിലും ഞങ്ങളുടെ അന്വേഷണങ്ങളുടെയും സംഭാഷണങ്ങളുടെയും ഭാഗമായി.

വരാന്തയുടെ അറ്റത്ത് ഇടയ്ക്കുയരുന്ന നഷ്ടപ്പെടലിന്റെ നിലവിളികൾ, ചില വാർഡുകളുടെ അടുത്തുകൂടെ നടക്കുമ്പോൾ അകത്തുനിന്നുകേൾക്കുന്ന വേദനനിറഞ്ഞ നിലവിളികൾ, മനസ്സ് ശൂന്യമായിപ്പോകുന്ന

ചിലനേരങ്ങൾ. ഇത്രേ ഉള്ളൂ നമ്മൾ എന്നറിയാൻ അനുമതി, ഒരു നിമിഷം മാറ്റി മറിച്ച ജീവിതങ്ങളാണ് ചുറ്റും, ഇനിയുള്ള ജീവിതമെന്തെന്ന് അറിയാത്ത ചിലരും.

കട്ടൻകാപ്പി രാത്രി ഭക്ഷണത്തിനൊപ്പം ശീലമായിത്തുടങ്ങിയിരുന്നു, ദിവസങ്ങൾ ആഴ്ച്ചകളായി.

അങ്ങനെ ഒരു രാത്രി സ്റ്റെപ്പുകൾ കയറി വരാന്തയിലേക്കെത്തിയപ്പോളാണ് അവിടെ പതിവില്ലാത്ത ആൾക്കൂട്ടം, പുതിയ ഒരാൾ എത്തിയിട്ടുണ്ട്, 'ജോൺ', കൊണ്ടുവന്ന ഉടനെ ഒരു സർജറി ചെയ്തു, ഐസിയുവിലേയ്ക്ക് മാറ്റിയതാണ്, കൂടെ വന്നവരൊന്നും പോയിട്ടില്ല, ഒന്നോ രണ്ടോ പേരൊഴിച്ച് ബാക്കിയുള്ളവരെ പറഞ്ഞുവിടാൻ അവിടെയുള്ള സെക്യൂരിറ്റി പണിപ്പെടുന്നുണ്ട്.

ഒരുപാടു ദിവസം കണ്ട പരിചയം കൊണ്ടാവും സ്റ്റെപ്പിനരികെ നിന്ന സെക്യൂരിറ്റി പറഞ്ഞു, പയ്യനാ, കല്യാണം കഴിഞ്ഞിട്ട് കൊല്ലം ഒന്ന് ആയിട്ടില്ല, ഭാര്യ ഗർഭിണിയാണ്, മീനെടുക്കാൻ പെട്ടിയോട്ടോയുടെ പിന്നിലിരുന്നു പോവും വഴി അഴിഞ്ഞുപോയ മുണ്ടുടുക്കാൻ എഴുന്നേറ്റു നിന്നതാണ്, തല റോഡിനുമുകളിൽ ചാഞ്ഞുകിടന്ന മരക്കൊമ്പിലിടിച്ചു, ഒന്നും പറയാനായിട്ടില്ല, വെന്റിലേറ്ററിലേയ്ക്ക് മാറ്റുകയാണ്.

ചുറ്റുമുള്ള മരവിച്ച മുഖങ്ങളും നെടുവീർപ്പുകളും കൂടി എന്നല്ലാതെ മറ്റൊരു മാറ്റവും ഉണ്ടായില്ല.

അധിക ദിവസങ്ങൾ കഴിഞ്ഞിരുന്നില്ല. ഒരു വൈകുന്നേരം വരാന്തയുടെ പടിഞ്ഞാറേ കോണിൽ നിന്ന് ആയിഷയുടെ ഉമ്മയുടെ നിലവിളിയുയർന്നു. "എന്നെയിട്ടേച്ച് പോയല്ലോടീ ..."

ഡയാലിസിസിനിടയ്ക്ക് ഹാർട്ടറ്റാക്ക് ആയിരുന്നു എന്നു കേട്ടു. പിറ്റേന്ന് ഞങ്ങളും മടങ്ങി, ഒരു ആംബുലൻസിനു പിന്നാലെ നിശബ്ദരായി. ഉള്ളിലെന്തോ കയറ്റിവച്ചപോലെ കനത്ത ഭാരം മാത്രം ബാക്കി.

മടങ്ങും മുൻപ് അഹമ്മദിന്റെ ആരേയും കണ്ടിരുന്നില്ല, ഒന്നും പറഞ്ഞിരുന്നില്ല, അതിനൊന്നും പറ്റിയ അവസ്ഥയിലും ആയിരുന്നില്ല.

ദിവസങ്ങൾ മാസങ്ങളായി കൊഴിഞ്ഞു വീണു.

ഒരുദിവസം പത്രവാർത്ത കണ്ടു, ജോൺ മാസങ്ങൾ നീണ്ട ചികിത്സ കഴിഞ്ഞ് ശ്വാസം മാത്രം ബാക്കി വച്ച് വീട്ടിലേയ്ക്കു മടങ്ങിയെന്ന്, ജീവച്ഛവമായി കിടക്കുന്ന ആ മനുഷ്യന്റെ കട്ടിലിനരികിൽ നൈറ്റിയിട്ട് കയ്യിലൊരു കുഞ്ഞുമായി നിസ്സഹായയായ ഒരു യുവതിയുടെ ഫോട്ടോ.

അന്ന് അഹമ്മദിനെ വീണ്ടും ഓർത്തു. ഒന്നും അറിയില്ല അവനെപ്പറ്റി. എങ്കിലും വെറുതെ ഓർത്തു. അവനിപ്പോൾ അസുഖമൊക്കെ മാറി മിടുക്കനായി വർത്തമാനമൊക്കെ പറഞ്ഞ് അവന്റെ ഉമ്മയുടെ മടിയിൽ കിടപ്പുണ്ടാവും എന്ന്.

ആംബുലൻസ് കാണുമ്പോൾ ഇന്നും തൊണ്ടയിൽ നിന്നൊരു നീറ്റൽ ഉള്ളിലേക്കിറങ്ങും.

എന്നാലും ഒന്നു പ്രാർത്ഥിയ്ക്കും, ആരായിരുന്നാലും ആപത്തൊന്നും ഉണ്ടാവാതിരിയ്ക്കട്ടെ എന്ന്. സുഖമായി വീട്ടിലേയ്ക്കു മടങ്ങട്ടെ എന്ന്...

പലായനം

എനിക്ക് വയ്യ നാഥൻ പേടിയാവുന്നു, സഫിയ അയാളോട് ചേർന്നിരുന്നു, അവൾ ആകെ വിറയ്ക്കുന്നുണ്ടായിരുന്നു, കറണ്ടുപോയിട്ടു ദിവസങ്ങളായിരിയ്ക്കുന്നു. സൂക്ഷിച്ചുപയോഗിച്ചിട്ടും ടാങ്കിലെ വെള്ളവും ഏതാണ്ട് ഒഴിയാറായി, എത്ര ദിവസമിങ്ങനെ?

നാട്ടിൽ അങ്ങിങ്ങായി അസ്വസ്ഥത പുകഞ്ഞു തുടങ്ങിയിട്ട് കുറച്ചു നാളായിരുന്നു. ഇത്രത്തോളം എത്തുമെന്ന് പ്രതീക്ഷിച്ചിരുന്നില്ല. നാട്ടിലെ ലാൻഡ്‌ലൈനുകളാണ് ആദ്യം നിശ്ചലമായത്. കാറ്റും മഴയുമുള്ളപ്പോൾ അതു പതിവായതു കൊണ്ടും മൊബൈൽ ഉള്ളതുകൊണ്ടും ആരും അത്ര ശ്രദ്ധിച്ചില്ല.

പിന്നീട് നെറ്റും പിന്നെ കോളും കട്ടായി. വിളിക്കാനും തിരക്കാനും അങ്ങനെയാരും ഇല്ലാത്തതുകൊണ്ട് നാഥന് അതും അത്ര വിഷയമായിരുന്നില്ല.

സഫിയയെ കൂടെ കൂട്ടി ഇറങ്ങിപ്പോന്ന നാൾ മുതൽ ആരുമായും അടുപ്പമില്ല രണ്ടാൾക്കും. ആരും അടുപ്പിച്ചില്ല എന്നല്ല പരീക്ഷണത്തിന് നിൽക്കാതെ ജീവനും കൊണ്ട് ഓടി, അതാണു സത്യം.

അത്യാവശ്യം സാമ്പത്തികമായും സാമൂഹികമായും ഉയന്ന നിലയിൽ വളർന്നതാണ് സഫിയ, ഒരു മോട്ടോർ മെക്കാനിക്ക് അതും അന്യ മതത്തിൽപ്പെട്ട ഒരുവൻ, ആര് അംഗീകരിക്കാൻ?

തന്റെ മതം, അതാവുമോ തന്റെ മാതാപിതാക്കളുടെയും ? എന്താവും തന്റെ മാതാപിതാക്കളുടെ മതം? നാഥൻ ഓർത്തു.

വഴിയമ്പലത്തിൽ ആരോ ഉപേക്ഷിച്ചുപോയ കുട്ടി, പള്ളിവക അനാഥാലയത്തിൽ വളർന്നു, ആരോ നൽകിയ പേര്, ആരോ നൽകിയ

മതം, വിശ്വാസം. വേർതിരിവുകളല്ലാതെ മറ്റൊന്നും ബാക്കി വയ്ക്കാത്തവ.

അല്ലെങ്കിലും മക്കളെ ഉപേക്ഷിക്കുന്ന മാതാപിതാക്കൾക്കൊക്കെ ഒറ്റ മതമേ കാണൂ നിസ്സഹായതയിൽ പൊതിഞ്ഞു വച്ച സ്വാർത്ഥത എന്ന മതം.

സുഖം തേടി പായുന്നതിനിടയിൽ ജനിപ്പിച്ച മക്കൾ, സ്വാർത്ഥത യ്ക്കായി ഉപേക്ഷിയ്ക്കപ്പെട്ടവർ. അവർക്കെല്ലാം ഒരേ മതം, തിരസ്കരണ ത്തിന്റെ.

അയാളുടെ തോളിൽ ചാരി സഫിയ ഉറക്കം പിടിച്ചിരുന്നു. അവൾക്കു മാസം തികയാറായി. ശരിയായ ഭക്ഷണമോ ഉറക്കമോ ഇല്ലാതായ തിന്റെ വിളർച്ചയുണ്ട് മുഖത്ത്. രണ്ടു കാലിലും നീരും. എത്ര ദിവസം ഇങ്ങനെ പുറത്തിറങ്ങാതെ അടച്ചിരിയ്ക്കാനാവും ?

അലിഭായുടെ വർക്ക്ഷോപ്പിലെ കൂലിവേലക്കാരനാണ് നാഥൻ. നഗരം പുകഞ്ഞു തുടങ്ങിയപ്പോളേ അവിടുത്തെ ഏകദേശം കടകളെ ല്ലാം അടച്ചു പൂട്ടി.

വീട്ടുസാധനങ്ങൾ ഒഴിഞ്ഞു തുടങ്ങിയിരിക്കുന്നു. വാങ്ങാനും നിവർത്തി യില്ല, പുറത്താകെ കൊള്ളയും തീവയ്പ്പും. ഇടയ്ക്കിടെ സയറൻ മുഴക്കി പായുന്ന പോലീസ് വണ്ടികൾ, ഫയറെഞ്ചിൻ, ആംബുലൻസുകൾ. കൂട്ടം കൂടിനിൽക്കരുതെന്നുള്ള മുന്നറിയിപ്പുകൾ. നിശ്വാസങ്ങൾ പോലും അടക്കിയാണ് പലരും വാതിലിനു പിന്നിൽ മറഞ്ഞിരിക്കുന്നത്

സമ്പാദ്യം എന്നുപറയാൻ ഒന്നുമില്ല, പണി വീണ്ടും തുടങ്ങാനായില്ലെ ങ്കിൽ സഫിയയുടെ പ്രസവച്ചിലവിനു പോലും ബുദ്ധിമുട്ടാവും. ആവുന്നതി ന്റെ അങ്ങേയറ്റം സഹായം കരുണേട്ടൻ ചെയ്തു കഴിഞ്ഞു.

രണ്ടുവർഷം മുന്നേ ദില്ലിയിലേക്കുള്ള രാത്രി വണ്ടിയിലെ ഒരു കൂപ്പയിൽ ഭയന്നു വിറച്ചു സഫിയയേയും ചേർത്ത് പിടിച്ചിരുന്ന അന്നാണ് കരുണേട്ടനെ ആദ്യമായി കണ്ടത്. കുടുംബത്തോടൊപ്പം നാട്ടിൽ ഒരു അവധിക്കാലം ആഘോഷിച്ചു മടങ്ങുകയായിരുന്നു വർഷങ്ങളായി ദില്ലി നിവാസിയായ കരുണേട്ടൻ. യാത്രയിലുടനീളം സാന്ത്വനവും സഹായ വുമായി കൂടെ നിന്നു അവർ.

ദില്ലിയിൽ നഗരത്തോട് ചേർന്ന് എന്നാൽ നഗരത്തിനു വേണ്ടാത്ത അഴുക്കുകളും ആൾക്കാരും ചേക്കേറുന്ന ചേരിയിൽ ഒരിടത്തു വാടകവീട് കണ്ടുപിടിച്ചതും, അത്യാവശ്യ വീട്ടുസാധനങ്ങൾ ഒരുക്കിത്തന്നതും കരുണേട്ടനാണ്, ജീവിക്കാൻ ഒരു തൊഴിലും കണ്ടുപിടിച്ചു തന്നു. പരി ചയക്കാരനായ അലിഭായുടെ വർക്ക്ഷോപ്പിൽ. പിന്നെയും പലവട്ടം,

സഫിയയുടെ മരുന്നിനും മറ്റുമായി പല സഹായങ്ങളും. തീർത്തും അപരിചിതനായ ഒരാൾക്ക് ഇത്ര സഹായങ്ങളല്ലാതെ മറ്റെന്താണ് പ്രതീക്ഷിയ്ക്കാനാവുക ? വീണ്ടും പോയി കൈ നീട്ടാനാവില്ല.

പുറത്തിറങ്ങാനായിട്ട് വേണ്ടേ സഹായം തേടാൻ, അല്ലെങ്കിലും ഇപ്പോൾ ആരെയാണ് വിശ്വസിക്കാനാവുക എന്നുപോലും അറിയില്ല.

കഴിഞ്ഞു പോയ കലാപങ്ങളത്രയും ബാക്കി വച്ചത് ഭയവും നോവും മാത്രമല്ല. വെറുപ്പും, പരസ്പരം വിശ്വാസമില്ലായ്മയും, എന്തിനെന്നറിയാതെ പ്രതികാര ചിന്തകളുമൊക്കെയാണ്.

ആജീവനാന്തം നേടിയതെല്ലാം നിമിഷങ്ങൾ കൊണ്ട് നഷ്ടമായവർ, അനാഥരായിപ്പോയ കുട്ടികൾ, പലവട്ടം മാനഭംഗം ചെയ്യപ്പെട്ട ഉടലുകളും മനസ്സുകളും. കണ്മുന്നിൽ വെട്ടേറ്റും വെന്തും തീർന്ന പ്രിയപ്പെട്ടവരുടെ ഓർമ്മകൾ.

കൊടുത്തു ശീലിച്ചവരെ നിമിഷങ്ങൾ കൊണ്ട് യാചകരാക്കിത്തീർത്ത കലാപങ്ങൾ.

സ്നേഹത്തോടെ ഒന്നായി ജീവിച്ചവർക്കിടയിൽ പാകിയ സംശയത്തിന്റെ വിത്തുകളുടെ വളർച്ച പ്രതീക്ഷിയ്ക്കാവുന്നതിലും ഏറെ വേഗത്തിലാണ്.

എന്റെ മതമല്ല നിന്റേത് എന്ന ഒറ്റക്കാരണത്താൽ നീയെന്റെ ശത്രുവാകുന്നു എന്നു പറയുന്നവരെ എന്തുപറഞ്ഞു മനസ്സിലാക്കാനാണ്?

ഇന്നലെ ടാങ്കിലെ വെള്ളത്തിന്റെ അളവുനോക്കാൻ കയറിയപ്പോൾ കണ്ടിരുന്നു പാതിയും വെന്തുപോയ നഗരം. ഉൾക്കിടിലത്തോടെയാണ് താഴെയിറങ്ങിയത്. സഫിയയെ ഒന്നും അറിയിക്കാതിരിയ്ക്കാൻ ആവുന്നത് ശ്രമിച്ചു. എങ്കിലും എത്രയെന്നു വച്ചാണ്?

ബാക്കിയിരുന്ന അരി കഞ്ഞിയാക്കി വറ്റെല്ലാം സഫിയയെ നിർബന്ധിച്ചു കഴിപ്പിച്ച് ഇത്തിരി വെള്ളവും മോന്തി ഇരുന്നതാണ്. കുറച്ചു കടല ബാക്കിയിരുന്നത് എടുക്കാൻ തോന്നിയില്ല, കഞ്ഞിക്കൊപ്പം ഒരു കറി ഇപ്പോൾ ഒരു ആർഭാടമാണ്. നാളെ സഫിയയ്ക്ക് എന്തെങ്കിലും കഴിയ്ക്കാൻ കൊടുത്തേ പറ്റൂ, ഒന്നല്ല രണ്ടു ജീവനാണ്.

ഓർത്തോർത്തിരുന്നു മയങ്ങിപ്പോയതറിഞ്ഞില്ല.

വാതിലിൽ ശക്തിയായി എന്തോ തട്ടിയപോലെ. പുറത്ത് ആരുടെയൊക്കെയോ അടക്കിപ്പിടിച്ച സംസാരം. നാഥന്റെ ഉടലാകെ വിറച്ചു.

സഫിയയെ തട്ടിവിളിച്ച് നിലവിളിയ്ക്കാനാഞ്ഞ അവളുടെ വായ

പൊത്തി നാഥൻ മെല്ലെ പിൻവതിലിനരികിലേയ്ക്ക് നീങ്ങി. മണ്ണെണ്ണ യുടെ മണം രൂക്ഷമായി മൂക്കിലേയ്ക്കിരച്ചുകയറി.

വാതിലിന്റെ ഓടാമ്പലിളക്കി പിന്നിലെ ഇരുട്ടിലേക്ക് നാഥൻ സഫിയയുടെ കൈയ്യും വലിച്ച് അതിവേഗം ഓടി.

കൊലവിളി മുഴക്കി പിന്നാലെ പാഞ്ഞു വരുന്നവരുടെ മതമെന്താവും ? പ്രതികാരമാവില്ല, തീർച്ച, രണ്ടപരിചിതർക്കിടയിൽ എന്ത് പ്രതികാരം ?

ഓർക്കാൻ നേരമില്ല ഒന്നും. സ്നേഹത്തിന്റെ മതം മുറുകെ പിടിച്ചൊരു പലായനം മാത്രമേ ഇനി ബാക്കിയുള്ളൂ.

വരണ്ടുപൊട്ടിയ സമതലങ്ങൾ കടന്ന്, മതിലുകളും മുള്ളു വേലികളും താണ്ടി അവർ പാഞ്ഞുകൊണ്ടേയിരുന്നു അതിരുകളില്ലാത്തൊരു തണൽ തേടി.

സുവർണ്ണ നാഗം

മഹാവീരൻ ധ്യാനത്തിൽ നിന്നും ഉണരുന്നതും നോക്കി സർപ്പഗന്ധി ക്ഷമയോടെ പുന്നാകച്ചോട്ടിൽ കാത്തിരുന്നു. അതാണ് പതിവ്, അദ്ദേഹം ധ്യാനത്തിൽ നിന്നുണർന്ന ശേഷം അദ്ദേഹത്തിന് ഭക്ഷണവും വിശ്രമിക്കാനുള്ള കാര്യങ്ങളും ഒരുക്കി മാത്രമേ അവൾ പുഴക്കരയിലേയ്ക്ക് പോകാറുള്ളൂ. പിന്നെ സന്ധ്യാവന്ദനത്തിനുള്ള ഒരുക്കങ്ങൾ ചെയ്യാനാവുംവരെ അവൾക്കു മനോരാജ്യം കാണാനുള്ള സമയമാണ്.

പുഴയ്ക്കക്കരെ പോകാൻ അവൾക്കനുവാദമില്ല, മായാവികളുടെ സാമ്രാജ്യമാണവിടെ.

പതിനാറു വർഷം മുന്നേ മായാവികളുടെ രാജാവായ മായാവിക്രമന്റെ കാവൽപ്പക്ഷികൾ കൊത്തിപ്പറിച്ച മുറിവേറ്റ അവളെ മഹാവീരൻ പുഴക്കരയിൽ നിന്നു കണ്ടെടുത്തതാണ്. അന്നുമുതൽ അവൾ അദ്ദേഹത്തിന്റെ മാനസപുത്രിയായി ധ്യാനവും വേദങ്ങളും അഭ്യസിച്ചു വളരുന്നു.

മുറിവേറ്റുകിടന്ന സ്വർണ്ണ നിറമുള്ള കുഞ്ഞു നാഗത്തെ കണ്ട മാത്രയിൽത്തന്നെ അദ്ദേഹം തപശ്ശക്തിയാൽ തിരിച്ചറിഞ്ഞതാണ് അവളൊരു ഇച്ഛാധാരിയായ നാഗമാണെന്നത്. മനുഷ്യരൂപത്തിലാണ് അദ്ദേഹമവളെ വളർത്തിയതെങ്കിലും മറ്റാരുമറിയാതെ നാഗരൂപം പൂണ്ടു വിഹരിയ്ക്കാൻ അവൾക്കനുവാദമുണ്ടായിരുന്നു.

അവളുടെ മൂർദ്ധാവിലെ നാഗമണിയേയും അതിന്റെ അപൂർവ്വശക്തിയേയും മായാവികളുടെ കണ്ണിൽ നിന്നൊളിച്ചു വയ്ക്കുക ഏറെ ദുഷ്കരമായിരുന്നു. അതുകൊണ്ടാണ് പുഴയ്ക്കക്കരെ പോകാൻപാടില്ല എന്ന് അദ്ദേഹം അവൾക്കു കർശനമായ നിർദ്ദേശം നൽകിയത്. മഹാവീരനെ ഭയമുണ്ടായിരുന്ന മായാവികൾ പുഴയ്ക്കിക്കരെ വരാൻ മുതിർന്നിരുന്നുമില്ല.

പുഴക്കരയിൽ പടർന്നു വളർന്ന നീലക്കടമ്പിന്റെ കൊമ്പിൽ ചുറ്റി ഞാന്നുകിടന്നു പുഴയിൽ സ്വന്തം രൂപം നോക്കുന്നത് അവൾക്കു വലിയ ഇഷ്ടമായിരുന്നു. സ്വർണ്ണ നിറമുള്ള ദേഹവും കാട്ടുഞാവൽ കണ്ണുകളും ചുവന്ന് അറ്റം പിളർന്ന നാവുമൊക്കെ നോക്കി ഏറെനേരം അവള ങ്ങനെ കിടക്കും. അന്തിയാവും മുന്നേ മനുഷ്യരൂപം പൂണ്ട് പൂജയ്ക്കുള്ള കാട്ടുപൂക്കളും ഇറുത്ത് ആശ്രമത്തിലേക്കു മടങ്ങും.

ചിലപ്പോളൊക്കെ മനുഷ്യരൂപത്തിൽത്തന്നെ അവൾ പുഴക്കര യിലെ ഉരുളൻ കല്ലുകൾ പെറുക്കി അടുക്കിയും, വെയിലിൽ മിന്നിമാ ഞ്ഞൊഴുകുന്ന മീനുകളെ നോക്കിയും നേരം കൊല്ലും.

മഹാവീരനെയല്ലാതെ മറ്റു മനുഷ്യരെയൊന്നും അവൾ കണ്ടിരുന്നി ല്ല, ഇച്ഛാധാരിയായ അവളെ പേടിച്ചു കാട്ടിലെ മറ്റു നാഗങ്ങളൊന്നും അവളുടെ അരികിൽ വന്നിരുന്നുമില്ല. കൂട്ടുകാരൊന്നുമില്ലാതെ ആകെ ഒറ്റപ്പെട്ട നിലയിലായിരുന്നു അവൾ.

അങ്ങനെയൊരുദിവസം പുഴയ്ക്കരികെ വളർന്ന കാട്ടുമുല്ലപ്പൂക്കൾ പറിച്ചെടുത്തു മാലകെട്ടിക്കൊണ്ടിരുന്നപ്പോളാണ് പുഴയിലൂടെ ഒഴുകിവ ന്ന മുളംചങ്ങാടം അവളുടെ ദൃഷ്ടിയിൽപ്പെട്ടത്, കരിവീട്ടി നിറമുള്ള കാട്ടു വാസിയായ ഒരു യുവാവായിരുന്നു അതിൽ. മുളയൂന്നുന്ന ബലിഷ്ഠമായ കൈകളും വിടർന്ന മാറുമൊക്കെ അവൾ അതിശയത്തോടെ നോക്കി. ചങ്ങാടം നിറയെ കാട്ടു തേനും കാട്ടിൽ നിന്നുള്ള പല വിഭവങ്ങളുമുണ്ടാ യിരുന്നു. കൂടാതെ പുഴയിൽ നിന്നു പറിച്ചെടുത്ത ആമ്പൽപ്പൂക്കളും.

സുന്ദരിയായ അവളെ അവനും ഏറെ കൗതുകത്തോടെ നോക്കി. ചങ്ങാടം തീരത്തോടടുത്തെങ്കിലും അവൻ ഇറങ്ങിയില്ല. അതിലിരുന്നു കൊണ്ടുതന്നെ ആമ്പൽപ്പൂക്കളുടെ ഒരു കെട്ട് അവൾക്കുനേരെ വീശി യെറിഞ്ഞ് ഒന്നു പുഞ്ചിരിച്ച് അവൻ തുഴഞ്ഞു പോയി.

പിന്നീടതു പതിവായി, പുഞ്ചിരിയും പൂക്കളും കൈമാറി അവർ മെല്ലെ അടുത്തു, വീരസിംഹൻ എന്നാണവന്റെ പേരെന്നും കാട്ടുരാജാവിന്റെ പുത്രനെന്നുമാണ് അവൻ അവളോട് പറഞ്ഞത്. താനാരാണെന്ന് അവനോടു പറയാനോ തന്റെ രൂപമെന്തെന്നു അവനെ കാട്ടിക്കൊ ടുക്കാനോ സർപ്പഗന്ധി തയ്യാറല്ലായിരുന്നു. സാധാരണ മനുഷ്യനായ അവൻ ഇതൊക്കെയറിഞ്ഞു ഭയന്നു തന്നെ വിട്ടുപോകുമെന്ന് അവൾ കരുതി.

മറ്റുള്ളവരുടെ മനസ്സുവായിയ്ക്കുന്ന വിദ്യ അവൾ പഠിച്ചു തുടങ്ങിയതേ ഉണ്ടായിരുന്നുള്ളൂ.

Jm Joshi

മായാവിയായ മായാവിക്രമന്റെ പുത്രനാണവനെന്നും അവളെ തിരഞ്ഞുതന്നെയാണ് അവനെത്തിയതെന്നും അതുകൊണ്ടുതന്നെ തിരിച്ചറിയാൻ അവൾക്കായില്ല. മഹാവീരനോടുള്ള ഭയം കൊണ്ടാണ് ആ തീരത്തിറങ്ങാൻ അവൻ മടിച്ചതെന്നും അവളറിഞ്ഞില്ല.

പിതാവിന്റെ വിലക്കുകൾ അവഗണിച്ച് അവൾ അവനോടൊപ്പം ചങ്ങാടത്തിൽ കാഴ്ചകൾ കണ്ടു നടക്കാൻ തുടങ്ങി.

അവളെ നാഗരൂപത്തിൽ ബന്ധിതയാക്കാനായിരുന്നു അവന്റെ ഉദ്ദേശം. എങ്കിൽ മാത്രമേ സുവർണ്ണ നിറമുള്ള അവളുടെ തോലും നാഗമണിയും കൈക്കലാക്കാൻ അവനാകുമായിരുന്നുള്ളൂ. അതിനായി ക്ഷമയോടെയുള്ള കാത്തിരിപ്പിലായിരുന്നു അവൻ.

എങ്കിലും അവളുടെ സുന്ദരീരൂപം അവനെ വല്ലാതെ മോഹിപ്പിച്ചു.

നീലക്കടമ്പ് നിറയെ പൂത്തൊരുനാളിൽ അവളെ പ്രാപിച്ച ചങ്ങാടത്തിൽ തളർന്നു മയങ്ങിയ അവന്റെ നെഞ്ചിൽ തലചായ്ച്ച കിടന്ന സർപ്പഗന്ധിയ്ക്ക് അവൻ പറഞ്ഞു കേട്ട പ്രണയസല്ലാപങ്ങളല്ലാതെ അവനു തന്നോട് എത്ര സ്നേഹമുണ്ടെന്ന് അറിയാനൊരു ആശതോന്നി. അതുകൊണ്ടാണ് മനസ്സറിയാനുള്ള വിദ്യയുടെ പഠിച്ച മുഴുമിയ്ക്കാത്ത പാഠങ്ങൾ അവൾ ആദ്യമായി അവനിൽ പ്രയോഗിച്ചു നോക്കിയത്.

രതിയുടെ നിർവൃതിയിൽ തളർന്നു മയങ്ങിയ വീരസിംഹൻ ഉടലാകെ എന്തോ ചുറ്റിവരിയുന്നതറിഞ്ഞു മയക്കമുണർന്നു. മേലാകെ ചുറ്റിവരിഞ്ഞൊരു സുവർണ്ണ നാഗം, കാട്ടു ഞാവൽ കണ്ണുകൾ. പക്ഷേ പഠിച്ച മായാവിദ്യകളോർത്തെടുക്കും മുന്നേ തന്നെ അവന്റെ കഴുത്തിലെ തടിച്ച നീല ഞരമ്പുകളിലേയ്ക്ക് അവളുടെ വിഷപ്പല്ലുകൾ ആഴ്ന്നിറങ്ങിയിരുന്നു.

കടൽ

ഇന്നും കന്യാകുമാരിയിലെ കടലിന് അതേ ഭംഗിയാണ് ഫാഹിം, ഇവിടുത്തെ സന്ധ്യക്ക് അതേ ചുവപ്പും.

തിരക്കുകളിലും ഒറ്റപ്പെട്ടിരിയ്ക്കാൻ നീ ശീലിപ്പിച്ചതുകൊണ്ടാവും കടലിന്റെ ആരവമൊഴികെ മറ്റൊന്നും അലട്ടാതെ, കേൾക്കാതെ ഇരിയ്ക്കാൻ ഇന്നെനിയ്ക്കാവുന്നത്.

ഇന്നലെ ഞാൻ കണ്ട വിചിത്ര സ്വപ്നം അതിന്റെ അർഥം തേടിയെത്തിയതാണ് ഇന്നിവിടെ.

ഇപ്പോൾ നീ ഉറക്കെ ചിരിയ്ക്കുന്നതെനിയ്ക്കു കേൾക്കാം. 'വിചിത്രമല്ലാത്ത സ്വപ്നങ്ങൾ നീയെന്നെങ്കിലും കാണാറുണ്ടോ ആമീ? 'എന്നു ചോദിച്ച്.

ശരിയാണ്, നിന്നോട് പിണങ്ങി ഉറങ്ങിയപ്പോഴൊക്കെ അർത്ഥമറിയാത്ത സ്വപ്നങ്ങൾ അലട്ടിയിട്ടേയുള്ളൂ.

ഇന്നലേയും

ഇന്നലെ ഉറക്കം കളഞ്ഞത് കടലിൽ നിന്നു വേർപെട്ട് കരയോടൊട്ടിയ തിരമാലകൾ. എത്ര വിചിത്രമാണല്ലേ? ഒന്നു തഴുകി പിൻവലിഞ്ഞു പോവനല്ലാതെ കടലിൽ നിന്നു വേർപെട്ട് തിരമാലകൾ കരയിലെങ്ങനെ ഒട്ടിച്ചേർന്നിരിയ്ക്കാനാണ്?

തിരയില്ലാതെ നിശ്ചലമായ കടൽ, വിട്ടുപോയ തിരയെ എത്തിപ്പിടിയ്ക്കാനാവാതെ, കരയോടൊട്ടിയിട്ടും മണ്ണിൽ താഴാത്ത, കരയെ കുതിർക്കാത്ത തിരമാലകൾ. ഏറെ വിചിത്രമായ ഒന്ന്.

നീ പിണങ്ങുമെന്നറിയാതെയല്ല, മരുന്നു വീണ്ടും മുടക്കി. നീ പറയുംപോലെ തന്നെ 'ഓർത്തു സങ്കടപ്പെടാൻ വേണ്ടിമാത്രം

ക്ഷണിച്ചുവരുത്തുന്ന ചില ഓർമ്മകൾ, ആലോചിച്ചു കൂട്ടുന്ന ചില ഭ്രാന്തുകൾ', അതിങ്ങനെ തലച്ചോറു കാർന്നു തിന്നുന്നതറിഞ്ഞു കിടന്നു, ഇന്നലെ രാത്രി മുഴുവൻ. പുലർച്ചെയെപ്പോഴോ ഒന്നു മയങ്ങി വന്നപ്പോഴാണ് ഈ സ്വപ്നം.

നീ പോയതിൽപ്പിന്നെ ദിവസങ്ങളും തീയതികളുമൊന്നും ഓർമ്മയിൽ വയ്ക്കാറില്ല.

മരുന്നു കഴിച്ചു കിടക്കയാണെങ്കിൽ പുലരുന്നതറിയുകയുമില്ല. വൈത്തിയുടെ അമ്മ വന്നു തൂക്കലും തുടയ്ക്കലുമൊക്കെ കഴിഞ്ഞു പോയിട്ടുണ്ടാവും. ഞാൻ ഉറങ്ങുകയാണെങ്കിൽ പാത്രം മുട്ടുന്ന ഒച്ചപോലും കേൾപ്പിയ്ക്കില്ല പാവം. എപ്പോഴെങ്കിലും ഉണർന്ന് എന്തെങ്കിലും കഴിച്ച്, ജനാലയിലൂടെ അകലെ കടലും നോക്കി, വെയിൽ ചായുന്നതും ഇരുളുപരക്കുന്നതും അറിഞ്ഞ്, ദിവസങ്ങളായി അങ്ങനെയാണ്, ഇന്നാണ് ഒരു മാറ്റം.

വെയിലാറിയപ്പോൾ കുളിച്ചു കടൽക്കരയിലേയ്ക്ക് നടക്കാമെന്നു തോന്നി. നിനക്കേറെ ഇഷ്ടമുള്ള കറുപ്പിൽ ചുവന്ന കരയുള്ള കോട്ടൺ സാരി ചുറ്റി, നീ വാങ്ങിത്തന്ന കല്ലുമാലയും കുപ്പിവളകളുമിട്ട് കണ്ണാടിയ്ക്കു മുന്നിൽ നിന്നപ്പോൾ വേറെ ആരെയോ കാണുന്നപോലെ. കണ്ണടക്കിയതത്രയും നെറ്റിയ്ക്കുമേൽ അങ്ങിങ്ങായി വെള്ളിയിഴപാകിത്തുടങ്ങിയ തലയിൽ. തൈറോയിഡ് കൊണ്ടാവും വല്ലാണ്ടു തടിച്ചു തൂങ്ങിയ കഴുത്തും താടിയും, കവിളുകളിലും, വയറിലുമൊക്കെ ചുളിവുകൾ വന്നതുപോലെ. സാരി മാറ്റി കുർത്തയിലും പൈജാമയിലും ഒരുങ്ങിയിറങ്ങി.

പതിവില്ലാതെ പുറത്തു കണ്ടിട്ടാവും ഉണക്കാനിട്ട കൊണ്ടാട്ടം വാരി മുറത്തിൽ നിറയ്ക്കുന്നതുനിർത്തി വൈത്തിയുടെ അമ്മ അതിശയത്തോടെ നോക്കിയത്.

അവസാനമായി ഈ കടൽക്കരയിൽ വന്നത് നിന്നോടൊത്തായിരുന്നു, ആഴ്ചകൾക്കു മുന്നേ, അതോ മാസങ്ങളോ ? ഓർമ്മ കിട്ടുന്നില്ല.

ഇന്നലെ ഡോക്ടർ ഗായത്രി വന്നിരുന്നു. ആശുപത്രിയിൽ പോകാൻ മടിപറഞ്ഞപ്പോൾ ഗായത്രിയെ കൂട്ടിക്കൊണ്ടു വന്നത് വൈത്തിയാണ്, വേണ്ടെന്നു പറഞ്ഞിട്ടും കൂട്ടാക്കിയില്ല അവൻ.

ഉറങ്ങാൻ വേറെ മരുന്നു വേണം എന്ന ആവശ്യം ഇത്തവണയും ഗായത്രി തള്ളിക്കളഞ്ഞു. കഴിയ്ക്കുന്ന മരുന്നിൽ ഉറക്കത്തിനാവശ്യമുള്ളതൊക്കെയുണ്ടെന്ന്.

"അഭിരാമിയ്ക്കു മെനോപോസിനുള്ള സമയം ആയില്ലല്ലോ, ഒക്കെ

വെറും തോന്നലുകളാണ്. സാധാരണ ആർത്തവ സമയത്തുണ്ടാകുന്ന മൂഡ് സ്വിങ്സ്, പിന്നെ നേരത്തെയുള്ള ഡിപ്രഷൻ. അതിനുള്ള മരുന്നാണല്ലോ നമ്മൾ ഇപ്പോൾ കഴിച്ചുകൊണ്ടിരിക്കുന്നത്. you will be alright soon.

പ്രായമാകുന്നു എന്ന ഭയമുണ്ടോ അഭിരാമിക്ക് ? അതോ പ്രായമാകുന്നു എന്ന് അംഗീകരിക്കാൻ ബുദ്ധിമുട്ടു തോന്നുന്നുണ്ടോ? തോന്നിയാലും പ്രായമാകുന്നതിൽ നിന്ന് ഒളിച്ചോടാനൊന്നും നമുക്കാവില്ല. നമുക്ക് ചെയ്യാൻ കഴിയുന്നത് ഒന്നു മാത്രം, just accept it, accept the reality."

സംസാരത്തിനിടയ്ക്ക് ഗായത്രി ഇതു പറഞ്ഞപ്പോൾ അമ്മയെ ഓർമ്മ വന്നു.

അന്ന് അഭിരാമി വലിയ പെണ്ണായിരുന്നു, പുലർച്ചെയുണർന്നു കുളിച്ച് ഗായത്രീ മന്ത്രം ചൊല്ലാനും, കോലമിടാനും, മുടി മെടഞ്ഞു കനകാംബരപ്പൂ ചൂടാനും മാത്രമല്ല, നെഞ്ചിൽ പുസ്തകക്കെട്ടമർത്തി തലതാഴ്ത്തി നടക്കാനും ശീലിച്ചിരുന്നു.

അന്ന് കോലായിലേയ്ക്ക് കോഫി കൊടുക്കാൻ അമ്മ പറഞ്ഞപ്പോൾ അപ്പാവെ കാണാൻ വന്ന ആരോ, അത്രയേ കരുതിയുള്ളൂ. വിശാലമായ നെറ്റിയും, തടിച്ച കറുത്ത കണ്ണടയും ധരിച്ച് അൽപ്പം ഇരുണ്ടു മെലിഞ്ഞ ആ മനുഷ്യൻ പേരും കോളേജിലെ വിശേഷങ്ങളും തിരക്കിയപ്പോഴും, അയാളുടെ കൂടെയുണ്ടായിരുന്ന തടിച്ച സ്ത്രീ കീർത്തനങ്ങൾ പാടാൻ ആവശ്യപ്പെട്ടപ്പോഴും ഒന്നും തോന്നിയതുമില്ല.

അവർ പോയിക്കഴിഞ്ഞപ്പോളാണ് അമ്മ പറഞ്ഞത് അവർ പെണ്ണു കാണാൻ വന്നതായിരുന്നെന്ന്.

അദ്ധ്യാപകനാണ്, പതിനഞ്ചു വയസ്സിനു മൂപ്പം. വേണ്ട എന്നു കരഞ്ഞു പറഞ്ഞു. അയാളെ കണ്ടപ്പോൾ ഓർമ്മവന്നത് ചിത്തപ്പാവിനെയാണ്.

അന്ന് അമ്മ പറഞ്ഞ കാരണങ്ങളിൽ ഒന്നായിരുന്നു പെണ്ണിന് എപ്പോളും മാപ്പിളയെക്കാൾ പത്തു വയസ്സെങ്കിലും ഇളപ്പം വേണമെന്ന്, രണ്ടോ മൂന്നോ പേറു കഴിയുമ്പോളേക്കും പെണ്ണുങ്ങളുടെ രൂപവും പട്ടുതിയുമൊക്കെ മാറും. പ്രായം ഏറ്റവുമെളുപ്പം ബാധിച്ചു തുടങ്ങുന്നത് പെണ്ണുങ്ങളെയാണ്. ആണുങ്ങളുടെ താൽപ്പര്യവും അതിനനുസരിച്ചു മാറി മാറിയും. പ്രായവ്യത്യാസം അതിന് ഒരു പരിധിവരെ തടയിടുമെന്ന്.

പിന്നെ നമ്മുടെ സ്ഥിതിയ്ക്കനുസരിച്ചു ഗവർമെണ്ട് വേലയുള്ള മാപ്പിളയെ കെടച്ചതു തന്നെ ഭാഗ്യം, അപ്പാവുക്കു പെൻഷനാവാനായി,

അതിനു മുന്നേ നടത്തുകയും വേണം.

ഭർത്താവിൽ നിന്നു സ്നേഹം മാത്രമല്ല വാത്സല്യം കൂടി കിട്ടാൻ ഇത്തിരി ഇളപ്പം അത്യാവശ്യമാണ് എന്നത് എല്ലാവരുടെയും ചെല്ല ക്കുട്ടിയായി വളർന്നവൾക്ക് ഇത്തിരി ആകർഷകമായി തോന്നിയതിലും അതിശയിയ്ക്കാനില്ലല്ലോ.

ചിത്തപ്പാവും ചിത്തിയും അങ്ങനെയായിരുന്നു. പന്ത്രണ്ടു വയസ്സി നിളയ ചിത്തിയ്ക്കു പട്ടു പുടവയും, ചൂടാൻ മുല്ലപ്പൂവും, ഇടയ്ക്കിടയ്ക്ക് സ്വാമിയുടെ കടയിലെ മസാലദോശയുമൊക്കെ ചിത്തപ്പ മറക്കാതെ എത്തിച്ചുകൊ ണ്ടിരുന്നു, കൂടാതെ വല്ലപ്പോഴും സിനിമയും.

പൊണ്ടാട്ടിയുടെ ചേലത്തുമ്പിനടിയിൽനിന്നു പുറത്തിറങ്ങാൻ നേരമി ല്ലെന്ന പാട്ടിയുടെ പഴി ചിരിച്ചുതള്ളി ചിത്തപ്പ പീടികയിൽ പോവാത്ത സമയമത്രയും 'ചെല്ലം' എന്നോ 'കണ്ണേ' എന്നോ വിളിച്ചു ചിത്തിയ്ക്കു ചുറ്റും കറങ്ങിനടന്നു.

അതുപോലെ ഒരു ജീവിതമായിരുന്നു ആ കാലത്തെ ഏറ്റവും വലിയ സ്വപ്നം.

സൈക്കിൾ റിക്ഷയിൽ വല്ലപ്പോഴും ഒരു കറക്കം, ഒരു സിനിമ, സ്വാമിയുടെ കടയിലെ തൈരുവട, തല നിറയെ ചൂടാൻ കനകാംബരം, ചുറ്റാൻ ദാവണി.

എന്നാൽ പിശുക്കൻ കൂട്ടിവച്ച നാണയങ്ങൾ പോലെയാണ് അദ്ദേ ഹത്തിന്റെ സ്നേഹമെന്നു വിവാഹം കഴിഞ്ഞ ആദ്യനാളുകളിൽത്തന്നെ തിരിച്ചറിഞ്ഞു.

പകലും രാത്രിയും ഒരു പോലെ കർക്കശക്കാരനായ ഭർത്താവ്. അദ്ദേ ഹത്തിന് ചിരിയ്ക്കാൻ അറിയുമായിരുന്നോ എന്നു തന്നെ സംശയമാണ്.

അമ്മ പറഞ്ഞതുപോലുള്ള സ്നേഹപ്രകടനങ്ങളോ വാത്സല്യമോ ഒന്നും കണ്ടില്ല, അറിഞ്ഞില്ല. ഇരുട്ടിൽ ചടങ്ങുപോലുള്ള ചില കാട്ടിക്കൂ ട്ടലുകൾക്കപ്പുറം തിരിഞ്ഞു കിടന്ന് ഉറക്കെ കൂർക്കം വലിച്ചുള്ള ഉറക്കമ ല്ലാതെ.

അനുസരണ, നിശബ്ദത എന്നതിനപ്പുറം തിരിച്ചുള്ള സ്നേഹപ്രക ടനകൾ പോലും അദ്ദേഹം ആഗ്രഹിച്ചിരുന്നോ എന്നും അറിയില്ല, ഭയമായിരുന്നു.

പഠിപ്പു മുടങ്ങിയില്ലെങ്കിലും എല്ലാത്തിനും കണക്കുണ്ടായിരുന്നു, പോകാനും മടങ്ങിയെത്താനുമുള്ള സമയത്തിനും ബസ്സുകാശിനുമെല്ലാം.

കിട്ടുന്നതൊക്കെ ഔദാര്യമെന്നുള്ള ഓർമ്മപ്പെടുത്തലുകൾ വേറെ.

വാശിയോടെ പഠിച്ച ജോലി നേടി, സാമ്പത്തീക ലാഭമോർത്താവും എതിർപ്പുകളുണ്ടായില്ല. കിട്ടിയ ശമ്പളം കൃത്യമായി എണ്ണി വാങ്ങി, ചിലവിനുള്ളത് അളന്നു നൽകി. എതിർപ്പിന്റെ സ്വരങ്ങൾ കാതടച്ചുള്ള അടിയിൽ മുങ്ങിപ്പോയി.

ഏഴു വർഷങ്ങൾക്കു ശേഷം മച്ചിയായ വിധവ എന്ന അധികയോഗ്യതയോടെ അവിടെ നിന്നു പടിയിറങ്ങേണ്ടി വന്നപ്പോൾ പ്രത്യേകിച്ചൊന്നും തോന്നിയില്ല. ശൂന്യമായിരുന്നു മനസ്സ്.

എന്നാൽ ചിരിച്ചു കാട്ടിയ പല മുഖങ്ങളിൽ നിന്നും അശ്രീകരം എന്നു കേട്ട് തുടങ്ങിയപ്പോൾ, നീണ്ട അവധിയെടുത്തു കുമ്മായം പൊളിഞ്ഞിളകിയ ചുവരിനുള്ളിൽ ഒതുങ്ങേണ്ടി വന്നു. നിറമുള്ള ചേല ചുറ്റിയാൽ, കണ്ണാടി നോക്കിയാൽ, അന്യപുരുഷന്മാർക്കൊപ്പം ജോലിചെയ്താൽ, പിഴച്ചുപോയാലോ? വിധവയല്ലേ!!! പിഴയ്ക്കാതെ നോക്കേണ്ട ഉത്തരവാദിത്വം കുടുംബത്തിനേക്കാളേറെ സമൂഹത്തിനാണല്ലോ.

മനസ്സു പിടിവിട്ടുപോകും എന്നായപ്പോഴാണ് ഡോക്ടറിനെ കാണാൻ തീരുമാനിച്ചത്. അതോടെ പൈത്യക്കാരിയായി.

അന്ന് ആ ഡോക്ടർ തന്ന ധൈര്യത്തിൽ നിറം മങ്ങിയ നരച്ച കുപ്പായങ്ങളിൽ നിന്നും, കണ്ണീരുണങ്ങാത്ത അമ്മയുടെ മുഖത്തിൽ നിന്നുമൊക്കെയുള്ള ഒളിച്ചോട്ടമായിരുന്നു ജോലി മാറ്റം. അപ്പാവോട് അനുവാദം ചോദിച്ചില്ല, ആരോടും അനുവാദം ചോദിച്ചില്ല, ചേലത്തുമ്പിലെ കെട്ടിൽ നിന്ന് അമ്മ നീട്ടിയ കുറച്ചു പൈസയുമായി കന്യാകുമാരിയിലേയ്ക്ക്.

അമ്മയുടെ അകന്ന ബന്ധുവായ വൈത്തിയും അമ്മയും അവിടെയുണ്ട് എന്നതായിരുന്നു ആകെയൊരു ആശ്വാസം. നരിച്ചീറും പെരുച്ചാഴിയും കൂട്ടു കൂട്ടിയിരുന്ന മുകൾനില വൃത്തിയാക്കിത്തന്നു, 'വാ കണ്ണേ, കവലപ്പെടവേണ്ടാം' എന്നു പറഞ്ഞു ചേർത്തുപിടിച്ചത് ഒരുപക്ഷേ മുപ്പതുകളിൽ വിധവയായിപ്പോയ ആ അമ്മയുടെ അനുഭവത്തിന്റെ വെളിച്ചത്തിലാവാനും മതി.

ഫാഹിം നിന്നെ ആദ്യമായി കണ്ട നാൾ ഇന്നും ഓർക്കുന്നു, വിദ്യാർത്ഥിനികൾക്കിടയിൽ ഏറ്റവും ആരാധികമാർ ഉള്ള, ഡിപ്പാർമെന്റിലെ ഏറ്റവും പ്രായം കുറഞ്ഞ അധ്യാപകൻ എന്നു മൂർത്തിസാർ പരിചയപ്പെടുത്തിയപ്പോൾ കണ്ണുകളിറുക്കി നീ ചിരിച്ച ആ ചിരിയും.

എത്രവേഗമാണ് ഏറ്റവും അടുപ്പമുള്ളൊരു സൗഹൃദമായി അതു മാറിയത്. അമ്മയ്ക്കുശേഷം ആമിയെന്ന് എന്നെ വിളിച്ചതും നീ

മാത്രമായിരുന്നല്ലോ.

സ്നേഹം മനസ്സിന്റെ ഭക്ഷണമാണ്. ഭക്ഷണത്തിനായി വിശക്കുന്ന വയറിന് ഒരളവിനപ്പുറം ഭക്ഷണം ആവശ്യമുണ്ടാവില്ല, അതുപോലെയല്ല സ്നേഹത്തിനായി വിശക്കുന്ന മനസ്സ്, എത്ര കിട്ടിയാലും അത് പോരാ പോരാ എന്നു നിലവിളിച്ചുകൊണ്ടേയിരിയ്ക്കും. അളവില്ലാതെ കോരിച്ചൊരിയാൻ ആർക്കാണ് കഴിയുക?

അതുപോലെ ശരീരത്തിന്റെ വിശപ്പിനെ പ്രണയമെന്നൊരു കള്ളത്തിൽ കൊരുത്തിടും മനുഷ്യർ, പ്രണയത്തിന്റെ പൂർണ്ണത കാമമെന്നും, രണ്ടും വേർതിരിച്ചുമാറ്റാൻ ആവാത്തവണ്ണം കലർന്നുപോയെന്നു വീണ്ടും വീണ്ടും സ്വയമോ മറ്റൊരാളെയോ ബോധ്യപ്പെടുത്താൻ ശ്രമിച്ചുകൊണ്ടേയിരിയ്ക്കും. ശ്രമിച്ച് പരാജയപ്പെട്ടുകൊണ്ടേയിരിയ്ക്കും. കലർപ്പില്ലാതെ രണ്ടിനേയും മാറ്റി നിർത്താനാവുമോ എന്ന് ഇനിയും അറിയില്ലയെനിയ്ക്ക്.

നമുക്കിടയിൽ പ്രണയമായിരുന്നോ, കാമമായിരുന്നോ? രണ്ടുമെന്നു വിശ്വസിയ്ക്കാനും, വിശ്വസിപ്പിയ്ക്കാനുമാണ് എനിയ്ക്കിഷ്ടം.

വേർതിരിച്ച് ആലോചിയ്ക്കാൻ കൂടെ ഭയമാണ് ഫാഹിം. സമൂഹത്തിന്റെ നിബന്ധനകൾ എന്നും എന്നെ വല്ലാതെ ഭയപ്പെടുത്തിയിരുന്നു. ഇപ്പോഴും ഭയപ്പെടുത്തിക്കൊണ്ടിരിയ്ക്കുന്നു. ജാതിയും, മതവും, പ്രായവും, രൂപവും.

അതുകൊണ്ടാണല്ലോ പണ്ട് സ്കൂളിലെ ഡെസ്കിൽ ആരോ കുറിച്ച ഹൃദയത്തിനുള്ളിൽ കൊരുത്ത 'എ പ്ലസ് എസ്' എന്ന അക്ഷരങ്ങൾ ഞാൻ ബ്ലേഡുകൊണ്ട് ചുരണ്ടി മായ്ച്ചതും.

സംശയങ്ങളുമായി സ്റ്റാഫ് റൂമിലും ലൈബ്രറിയിലുമൊക്കെ നിന്നെ വിടാതെ പിൻതുടർന്ന വിദ്യാർത്ഥിനികൾ എന്നെ അസ്വസ്ഥയാക്കിയത് എന്തിനായിരുന്നു? വിഷാദരോഗത്തിനു കഴിക്കുന്ന ആന്റി ഡിപ്രസന്റുകൾ ശീലമായതു കൊണ്ടാകുമോ?

കാരണമില്ലാതെ നിന്നോടു പിണങ്ങി കണ്ണുകൾ നനച്ചപ്പോഴും ഒന്നും മിണ്ടാതെ എന്റെ കണ്ണുകളിൽ നോക്കി ആ പരിഭവമെല്ലാം അലിയിച്ചു കളഞ്ഞു നീ.

എന്നിട്ടും പരിഭവിച്ച ഞാൻ, സ്നേഹം പോരെന്ന്, സ്നേഹം പങ്കുവയ്ക്കപ്പെടുന്നെന്ന്, എന്തൊക്കെയോ ... എന്തൊക്കെയോ...

നിന്റെ കൈമുറുക്കത്തിൽ നിന്റെ നെഞ്ചോടുചേർന്നിരുന്നപ്പോഴും, ഏറെ നനഞ്ഞു നനഞ്ഞൊരു മണ്ണായി നീ മഴയായി പെയ്യുതത്രയും ഏറ്റുവാങ്ങിയപ്പോഴും നിന്റെ സ്നേഹത്തിന്റെ ആഴമെത്രയെന്നറിഞ്ഞതാണ്.

എന്നിട്ടും പോരാ പോരെന്ന വാശിയോടെ നിന്നെ ചേർത്തുപിടിയ്ക്കാനാണ് ശ്രമിച്ചത്.

എല്ലാം തകിടം മറിഞ്ഞ ആ ദിവസം വരെ. എന്റെ ഇടത്തേ മുലയിൽ വിരലമർത്തി 'ആമീ ഇവിടെന്താ ഒരു തടിപ്പ്? കുളിച്ചപ്പോളൊന്നും നീ ശ്രദ്ധിച്ചില്ലേ 'എന്നു നീ ചോദിയ്ക്കും വരെ ഞാനതു ശ്രദ്ധിച്ചിരുന്നില്ല. നീ എന്നെ അറിഞ്ഞു തുടങ്ങിയതിൽപ്പിന്നെയാണ് ഞാൻ എന്റെ ശരീരത്തെ സ്നേഹിച്ചു തുടങ്ങിയതു തന്നെ, എന്നിട്ടും ഞാൻ അറിഞ്ഞില്ല, നീ പറയും വരെ.

'ഇതു പേടിയ്ക്കാനൊന്നുമില്ലാത്ത ഗ്രോത്താണ്, എന്നാലും ഫാമിലി ഹിസ്റ്ററിയുള്ളതുകൊണ്ട് റെഗുലർ ചെക്കപ്പ് ആവശ്യമാണ്' എന്നു ഡോക്ടർ പറഞ്ഞത് നിന്നിൽ ആശ്വാസം വിതച്ചപ്പോൾ എന്നിൽ ഭയത്തിന്റെ വിത്തുകളാണ് പാകിയത്.

എന്റെ കൗമാരത്തിന്റെ തുടക്കകാലത്ത്, പെരിയമ്മാവുടെ അവസാന നാളുകൾ ഓർമ്മയുണ്ടെനിയ്ക്ക്.

വെട്ടിനിരത്തിയ പാടം പോലുള്ള നെഞ്ചും കുറ്റിമുടി നിറഞ്ഞ തലയും. പണ്ട് അമ്മയ്ക്ക് ചിക്കൻപോക്സ് വന്നു കിടന്നപ്പോൾ ആമിയെ ഊട്ടിയ നെഞ്ചാണത്.

അസുഖമായി എന്നറിഞ്ഞത് ഏറെ വൈകിയാണ്. അതിനു ശേഷം പെരിയമ്മയെ ആ മുറിക്കുപുറത്തോ പെരിയപ്പാവിനെ ആ മുറിയ്ക്കകത്തോ ഞാൻ കണ്ടിട്ടില്ല. അസുഖമായി കിടക്കുമ്പോൾ പ്രിയപ്പെട്ടവരൊന്നു ചേർത്തുപിടിയ്ക്കണമെന്നു കൊതിയ്ക്കാത്തവർ ആരാണുണ്ടാവുക?

അവസാന നാളുകളിൽ പെരിയമ്മയുടെ മനസ്സിന്റെ താളവും തെറ്റിത്തുടങ്ങിയിരുന്നു, പുതപ്പു ചുരുട്ടിയുണ്ടാക്കിയ കുഞ്ഞിനെ ഇല്ലാത്ത മുലയൂട്ടി താരാട്ടുപാടി അങ്ങനെ അങ്ങനെ.

പെരിയമ്മ മരിച്ചപ്പോൾ എല്ലാരും പറഞ്ഞു, 'പാവം,ദുരിതത്തിൽ നിന്നു കരപറ്റി ' എന്ന്. പെരിയപ്പ വീണ്ടും കല്യാണം കഴിച്ചപ്പോഴും എല്ലാരും പറഞ്ഞു, 'പാവം എത്രനാളാ ഒറ്റയ്ക്കെന്ന്'. അവരുടെ അവസാന നാളുകളിലെങ്കിലും പെരിയപ്പ ഇത്തിരി സ്നേഹമോ കരുണയോ കാണിച്ചിരുന്നോ എന്ന് ആരും ചോദ്യം ചെയ്തില്ല. ആർക്കും അതിന്റെ ആവശ്യവും തോന്നിക്കാണില്ല.

മേഘങ്ങളെ തടഞ്ഞു നിർത്തി മഴപെയ്യിയ്ക്കാൻ കുന്നുകളില്ലാതായിപ്പോയ തരിശു നിലത്തിന്റെ ഓർമ്മകൾ എന്നേയും ഭയപ്പെടുത്താൻ തുടങ്ങി.

ഫാഹിം, നിന്റെ കറുത്തു മിനുത്ത മുടിയിഴകളും ചാരനിറത്തിലുള്ള കണ്ണുകളും അമ്മയുടെ വാക്കുകളെ എന്റെ ഓർമ്മയിലേക്ക് തിരികെ എത്തിച്ചതും ഒരു പക്ഷേ അതിനുശേഷമാവും.

"ആമി... പുരുഷന്മാരെ അപേക്ഷിച്ച് ഒരു സ്ത്രീ വളരെ വേഗം വൃദ്ധയാവും, മനസ്സു കൊണ്ടും ദേഹം കൊണ്ടും. മാനസീകമായ പൊരുത്തം അതിനിടയിൽ വന്നുപെട്ടില്ലായെങ്കിൽ അവളുടെ പുരുഷന്റെ മനോനിലയിലുള്ള മാറ്റം ഒരു പരിധി വരെ അവളുടെ ശാരീരിക മാറ്റങ്ങളുമായി ബന്ധപ്പെട്ടും ആവും."

മടങ്ങുംമുന്നേ നീ പറഞ്ഞത് ഇപ്പോഴും ഓർമ്മയുണ്ട്.

"എന്നെങ്കിലും സംഭവിച്ചേക്കാം എന്നു കരുതുന്ന ഒന്നിനെ ഭയന്ന്, അതും നിനക്ക് തീരെ ഉറപ്പില്ലാത്ത ഒന്നിനെ, നീ ബലി കൊടുക്കുന്നത് ഇന്നിന്റെ സന്തോഷങ്ങളെയാണ്, നിഷേധിയ്ക്കുന്നത് ഞാൻ നിനക്കായി മാത്രം മാറ്റിവച്ച സ്നേഹത്തെയാണ്. "

ശരിയാണ് ഫാഹിം,

എന്റെ ശരീരത്തേക്കാളേറെ വേഗം മനസ്സിനെ വാർദ്ധക്യം കാർന്നുതുടങ്ങിയത് ഇപ്പോൾ അറിയുന്നു ഞാൻ.

നവോമിയുടെ മുയലുകൾ

നവോമി ഒരു മിണ്ടാക്കുട്ടിയായിരുന്നു.

മുയലിനെപ്പോലെ വിടർന്ന ചെവിയുള്ളവൾ, മിണ്ടില്ലെങ്കിലും എല്ലാം അവൾക്കു കേൾക്കാം മുയലിനെപ്പോലെ.

അവൾ വളർന്നതും മുയലുകൾക്കൊപ്പമായിരുന്നു, കറുപ്പും വെള്ളയും ചാരനിറത്തിലുമുള്ളതുമായ ഒരുപാടു മുയലുകൾ.

അവളുടെ ദീനക്കാരനായ അപ്പൻ കയറ്റുകട്ടിലിൽ ഒരസ്ഥികൂടം പോലെ തളർന്നു കിടന്നു.

ഉള്ള രണ്ടാടുകളെയും കുറച്ചു കോഴികളേയും മുയലുകളെയുമൊക്കെ നോക്കിയും, ഇത്തിരി വട്ടത്തിലെ പച്ചക്കറികൊണ്ടും ജീവിക്കാൻ ശ്രമിച്ചു തോറ്റുപോയ അമ്മച്ചി ബംഗ്ലാവിലെ പണിയ്ക്കു പോയിത്തുടങ്ങി.

അമ്മച്ചി പോയിക്കഴിഞ്ഞാൽ നവോമി മുയലുകളുടേയും കോഴികളുടേയുമൊപ്പം കളിച്ചിരിയ്ക്കും.

ഇടയ്ക്ക് അപ്പൻ നീട്ടി വിളിക്കും, "എന്റെ മുയൽക്കുട്ടീ എന്ന്."

ഇത്തിരിനേരം അപ്പന്റെ അടുത്തുപോയിരുന്ന് അപ്പന് വെള്ളമോ മറ്റോ വേണമെന്ന് പറഞ്ഞാ എടുത്തുകൊടുത്ത് അവൾ വീണ്ടും മുയൽക്കുട്ടിലേയ്ക്കു മടങ്ങും.

മുയൽക്കൂട്ടത്തിൽ എല്ലാരേയും അവൾക്കിഷ്ടമാണെങ്കിലും തിമോത്തിയോട് ഒരിത്തിരി ഇഷ്ടം കൂടുതലാണ്.

തിമോത്തി വില്പനയ്ക്കുള്ളതല്ല. അത് നവോമിയുടെ മുയലാണ്. ബാക്കിയൊക്കെ അവളുടെ അമ്മ സെലീന വിൽപ്പനയ്ക്കായി വളർത്തുന്നതാണ്.

നവോമിയ്ക്കു കളിക്കൂട്ടായി കൊടുത്തതാണ് തിമോത്തിയെ.

സെലീനയാണ് അതിനു തിമോത്തി എന്ന് പേരിട്ടത്. അവളെ രാത്രിയിലും മറ്റു മുയലുകൾക്കൊപ്പം വിടാറില്ല. കൂടുതൽ സമയവും അതു നവോമിയുടെ പിന്നാലെ തന്നെയാവും ചുറ്റിത്തിരിയുക.

നവോമിയുടെ കണ്ണു തെറ്റിയാൽ അപ്പുറത്തെ സലോമിയുടെ പൂച്ച വന്നു മുയൽക്കുഞ്ഞുങ്ങളെ എടുത്തോണ്ടുപോകും.

ഒരാഴ്ചമുന്നേ അവളുടെ കൺമുന്നിൽ വച്ചാ വെളുത്തു തുടുത്ത ഒരു മുയൽക്കുട്ടനെ അതു കടിച്ചു കീറിയത്. അന്നവൾക്കൊന്നും ചെയ്യാനാവാഞ്ഞ സങ്കടം ഇപ്പഴും മാറിയിട്ടില്ല.

സലോമിയുടെ ചേട്ടൻ അലോഷിയുടെ പൂച്ചയാണത്. അലോഷിയെ നവോമിക്കു പേടിയാണ്.

സൺഡേ സ്കൂളിൽ വച്ച് പലപ്പോഴും അവളെ മിണ്ടിക്കാനെന്ന പേരിൽ അലോഷി ഉപദ്രവിച്ചിട്ടുണ്ട്.

അവളുടെ കാൽ വിരലിൽ ആഞ്ഞു ചവിട്ടിയും, വായിൽ വിരലിട്ടു നാവു വലിച്ചും, തലമുടി വലിച്ചു പൊട്ടിച്ചുമൊക്കെ.

അവളുടെയുള്ളിൽ സാത്താനുള്ളകൊണ്ടാണ് അവൾ മിണ്ടാത്തതെന്ന്, അവൾക്കു നോവുമ്പോൾ സാത്താൻ ഒഴിഞ്ഞുപോവുമെന്നൊക്കെ പറഞ്ഞായിരുന്നു ഉപദ്രവം.

ഒടുവിൽ സഹികെട്ട് അവൾ സൺഡേ സ്കൂളിൽ പോക്കു നിർത്തി.

എന്നാലും മുയലുകളെ പേടിപ്പിക്കാനായി വേലിപ്പഴുതിലൂടെ അവനിടയ്ക്ക് അവന്റെ കണ്ടൻപൂച്ചയെ അവളുടെ മുയൽക്കൂടിനടുത്തേക്കു വിടും.

സങ്കടം വന്നാലും സന്തോഷം വന്നാലും നവോമി തിമോത്തിയുടെ അടുത്താണ് പോയിരിക്കുക.

അതിനറിയാം അവളുടെ ഭാഷ. അവൾ സങ്കടപ്പെട്ടിരിക്കുമ്പോൾ അത് അവളോടുരുമ്മി അനങ്ങാതിരിക്കും. അവൾ സന്തോഷത്തിലാണെങ്കിൽ രണ്ടുപേരും കൂടെ പുല്ലിനിടയിലൊക്കെ ഓടിയും ഒളിച്ചും കളിക്കും.

അതിനെയെടുത്തു മുഖത്തോടു ചേർത്തു പിടിച്ചാൽ അതു മൂക്കും മീശയുമൊക്കെയിളക്കി നവോമിയോട് മിണ്ടും. അവർക്കു രണ്ടുപേർക്കും മാത്രമറിയുന്ന ഭാഷ.

മുയൽക്കൂട്ടത്തിലെ തടിച്ചുരുണ്ട കറുമ്പൻ മുയലിനു തിമോത്തിയെ വല്യ ഇഷ്ടമാണ്. അവനിടയ്ക്ക് അവളുടെ പിന്നാലെ ചുറ്റിത്തിരിയുന്നതു നവോമി കാണാറുണ്ട്.

നവോമിയുടെ അപ്പന്റെ ചികിത്സയ്ക്കായി സെലീന ഷാപ്പുകാരൻ അവറാച്ചന്റെ കയ്യിൽനിന്നു വാങ്ങിയ മുതലും പലിശയും കൂടെ വലിയൊരു തുകയായിട്ടുണ്ട്. അതു തീർക്കാനുള്ള നെട്ടോട്ടത്തിലായിരുന്നു സെലീന, വീടിലും ഇത്തിരിയുള്ള മണ്ണിലും അയാൾക്കൊരു കണ്ണുണ്ട്. ആധാരം ബാങ്കിലായതു കൊണ്ടു മാത്രം കൈവശപ്പെടുത്താത്തതാണ്.

പണം ചോദിയ്ക്കാനെന്ന പേരിൽ അവറാച്ചൻ പലപ്പോഴും നവോമിയുടെ വീട്ടിൽ വരും. അവളുടെ മുയൽക്കൂട്ടിലെ കൊഴുത്തു തുടുത്ത മുയൽക്കുട്ടന്മാരെ കണ്ണുവച്ചാണ് അയാൾ വരുന്നതൊക്കെ. സെലീന പണിയ്ക്കു പോണ നേരം നോക്കിയേ അയാൾ വരൂ.

അവറാച്ചൻ വന്നാൽ നവോമിയുടെ അപ്പനെ കുറേ ചീത്ത പറയും. വീട്ടിൽ നിന്ന് ഇറക്കി വിടുമെന്ന് പേടിപ്പിയ്ക്കും. വയ്യാതെ കിടക്കുന്ന അയാൾ ഒന്നും മിണ്ടാതെ പറഞ്ഞതെല്ലാം കണ്ണു നിറച്ചു കേട്ടു കിടക്കും.

തിരിച്ചു പോകുമ്പോൾ മുയൽക്കൂട്ടിൽ നിന്ന് ഷാപ്പിലെ കറിക്കായി കൊഴുത്ത ഒന്നിനെ നോക്കി അയാൾ പിടിച്ചുകൊണ്ടു പോകുകയും ചെയ്യും. സെലീന അറിഞ്ഞാലും ചോദിയ്ക്കാൻ ചെല്ലില്ലെന്ന് അയാൾക്കു നന്നായി അറിയാം.

അന്നും പതിവുപോലെ അവറാച്ചൻ വന്നപ്പോൾ നവോമിയുടെ അപ്പൻ ചുമച്ചു തളർന്നു കിടക്കുകയായിരുന്നു.

അപ്പനു കൊടുക്കാൻ അടുക്കളയിൽ ഇത്തിരി വെള്ളം അനത്തിയെടുക്കുന്ന പണിയിലായിരുന്നു നവോമി. തിമോത്തി അടുക്കളയിൽത്തന്നെ അവളുടെ കാലിലുരുമ്മി നടപ്പുണ്ടായിരുന്നു.

അകത്തേയ്ക്കു കയറും മുന്നേ തന്നെ മുയൽക്കൂട്ടിലെ കറുത്തുരുണ്ടൊരു മുയലിനെ ഷാപ്പിലേയ്ക്കു കൊണ്ടുപോകാനായി നോക്കി വച്ചു അവറാച്ചൻ. പിന്നെ പതിവ് മുടക്കേണ്ട എന്നു വച്ച് അകത്തേയ്ക്കു കയറി നവോമിയുടെ അപ്പന്റെ കട്ടിലിനരികെയിട്ട കാലിളകിയ സ്റ്റൂളിലിരുന്ന് അയാളെയും സെലീനയേയുമൊക്കെ ആവുന്നത്ര ചീത്ത പറഞ്ഞു.

ചുമച്ചു തളർന്നു പാതി മയക്കത്തിലായിരുന്ന അയാളൊന്നും കേട്ടില്ല.

കുറേ ഇരുന്നു പറഞ്ഞു വായിലെ വെള്ളം വറ്റിയ അവറാച്ചൻ അടുക്കളയിലേക്കു നടന്നു. ബാക്കി ചീത്ത നവോമിയ്ക്കുള്ളതാണ്.

അവൾ പേടിച്ചൊരു മൂലയിലൊതുങ്ങി തലതാഴ്ത്തി നിന്ന് അതെല്ലാം കേൾക്കാറാണു പതിവ്. തിമോത്തിയ്ക്കും അയാളെ പേടിയാണ്. അയാളെ കാണുമ്പോളേ അവൾ നവോമിയുടെ പിന്നിലൊളിയ്ക്കും.

അടുക്കളയിൽ കടന്ന് തണുത്തു പാടകെട്ടിയ കഞ്ഞി വെള്ളം ഒരു ഗ്ലാസ്സിലെടുത്തു കുടിച്ചു തിരിച്ചു നടക്കുന്നതിനിടയിലാണ് പുറത്തു നിന്ന് തീയെരിയ്ക്കാനായി രണ്ടു ചൂട്ടമെടുത്തു വന്ന നവോമിയെ അയാൾ കണ്ടത്.

പന്ത്രണ്ടിന്റെ വളർച്ചയില്ലെങ്കിലും പെണ്ണു കൊള്ളാം. ഇതുവരെ ഇത്ര കാര്യമായി നോക്കിയിട്ടില്ല. അലക്കി നിറം മങ്ങിയ കുപ്പായത്തിലും പെണ്ണു സുന്ദരിയാണ്. പോരെങ്കിലൊരു മിണ്ടാപ്രാണിയും.

അയാൾക്കു വീണ്ടും ദാഹം തോന്നി. അടുക്കള വാതിൽ മെല്ലെച്ചാരി അയാൾ നവോമിയുടെ അടുത്തേയ്ക്കു നടന്നു.

ദാഹം മാറ്റി അയാളെഴുന്നേറ്റപ്പോൾ വേദനയെടുത്ത അടിവയർ പൊത്തി നവോമി സിമന്റടർന്ന തിണ്ണയിൽ ചുരുണ്ടു കിടക്കുകയായിരുന്നു.

എന്തു ചെയ്യണമെന്നറിയാതെ അവളുടെ മുഖത്തോടു ചേർന്നുരുമ്മിയിരുന്ന തിമോത്തി മൂക്കും ചുണ്ടുമിളക്കി നവോമിയോടെന്തൊക്കെയോ പറയാൻ ശ്രമിയ്ക്കുന്നുണ്ടായിരുന്നു.

നിലത്തുനിന്നെഴുന്നേറ്റ് അഴിഞ്ഞു വീണ മുണ്ടു മുറുക്കിക്കുത്തി, ബനിയൻ വലിച്ചിറക്കിയിട്ട് അവറാച്ചൻ നവോമിയോടു ചേർന്നു പതുങ്ങിയിരുന്ന തിമോത്തിയെ അതിന്റെ നീണ്ട ചെവിയിൽ തൂക്കിയെടുത്ത് നടന്നു പോയി.

ഷാപ്പിലെ അടുക്കളയിൽ അന്നും അവറാച്ചന്റെ തേച്ചുമിനുക്കിയ കത്തി പലവട്ടം ഉയർന്നു താണു.

കീറിയ വയറിനുള്ളിൽ നിന്നും പഞ്ഞിക്കെട്ടുപോലെ പാതിവളർച്ചയെത്തിയ ഒരുടൽ നിലത്തേയ്ക്കു വീണു.

നവോമിയുടെ അപ്പൻ അർദ്ധ ബോധാവസ്ഥയിലും വിളിച്ചു കൊണ്ടിരുന്നു "എന്റെ മുയൽക്കുട്ടീ."

ലോക്ക് ഡൌൺ

അത്രമേൽ ഭ്രാന്തമായ ചിന്തകളിലേക്ക് മനസ്സിനെ വലിച്ചുകൊണ്ടുപോകുന്നത് ഒറ്റപ്പെടലാണ്.

ആളും ബഹളവും മറയാക്കി ചിരിയുടെ മുഖംമൂടിയിൽ മറഞ്ഞ് യാഥാർത്ഥ്യത്തിൽനിന്നും ഒളിച്ചോടുന്നവർക്കു പ്രത്യേകിച്ചും.

ലോക്ക് ഡൌൺ ദിനങ്ങൾ മനസ്സിലാക്കിത്തന്ന സത്യം.

പറന്നു നടന്ന കിളിയെ കൂട്ടിലിട്ടു ഭക്ഷണംകൊടുത്ത് ഓമനിച്ചു വളർത്തുന്നവർക്ക് ആ കിളിയുടെ നോട്ടം പലപ്പോഴും ഭക്ഷണത്തിലായിരുന്നില്ല, തുറന്ന ആകാശത്തിലായിരുന്നു എന്നു മനസ്സിലാക്കിക്കൊടുത്ത ദിനങ്ങൾ.

ജോലിത്തിരക്കുമായി കൊഴിയുന്ന പകലുകൾ, പബ്ബിലോ ബാറിലോ അവസാനിക്കുന്ന രാത്രികൾ, യാത്രകളുടെ, അതും പ്രത്യേക ലക്ഷ്യമില്ലാത്ത യാത്രകൾ, ചിലപ്പോളെങ്കിലും ദീർഘദൂര യാത്രകളുമായി ചിലവഴിച്ച അവധി ദിനങ്ങൾ.

ഏറെ വൈകി ഉറങ്ങാൻ മാത്രം മുറി തിരഞ്ഞെത്തിയ ദിനങ്ങൾ.

എല്ലാം മാറിമറിഞ്ഞത് അപ്രതീക്ഷിതമായി.

'കൊറോണ പടർന്നു തുടങ്ങിയിരുന്നു. അപ്രതീക്ഷിതമായി ഏറ്റുന്ന പകർച്ചവ്യാധി പരത്തിയ പരിഭ്രാന്തി. ലോക്ക് ഡൌൺ കാരണം കേസുകളൊക്കെ അവധിയ്ക്കു വച്ചു പോയിരുന്നു. ഓഫീസ് അടച്ചു, ജൂനിയേഴ്സിനും ക്ലർക്കിനും പ്യൂണിനുമൊക്കെ ദീർഘ അവധികൾ നൽകി.

രസമായിരുന്നു ആദ്യമൊക്കെ. ഒരു പെഗ് എടുത്തു ലാപ്ടോപ്പ് ഓണാക്കി മെല്ലെ സിപ് ചെയ്ത്, ആവശ്യമുള്ളപ്പോഴൊക്കെ സിഗരറ്റ്

വലിച്ച്, ഇഷ്ടമുള്ള ഭക്ഷണമുണ്ടാക്കി ലാപ്ടോപ്പിന് മുന്നിൽ തന്നെയിരുന്നു കഴിച്ചും, ഇഷ്ടമുള്ള പാട്ടു കേട്ട്, അല്ലെങ്കിൽ പെന്റിങ് വച്ച കേസുകളിലൂടെ കണ്ണോടിച്ച്, നിയമ പുസ്തകങ്ങൾ മറിച്ചു നോക്കി, കാണാൻ ബാക്കി വച്ച സിനിമകൾ കണ്ട്, അങ്ങനെയങ്ങനെ ആദ്യ കുറേ ദിവസങ്ങൾ കടന്നുപോയി.

മദ്യത്തിന്റെയും സിഗററ്റിന്റെയും സ്റ്റോക്ക് തീർന്നത് ആദ്യത്തെ അടിയായി.

ഇഷ്ടമുള്ള ഭക്ഷണം എന്നത്, ലഭ്യമായ സാധനങ്ങൾ വച്ചുള്ള പാചകം എന്നായി മാറിയപ്പോൾ മടുപ്പു തുടങ്ങി.

സ്വയം പാചകം, ഒറ്റയ്ക്കുള്ള ഭക്ഷണം, മുഖത്തോടു മുഖം നോക്കി മിണ്ടാൻ ആരുമില്ലാത്ത ജീവിതം. ഫ്ലാറ്റിന്റെ നാലു ചുവരുകൾ പോലും പരിഹസിച്ചു തുടങ്ങി മെല്ലെ.

ക്ലർക്കിന്റെയും പ്യൂണിന്റെയും, ചില ജൂനിയേഴ്സിന്റെയും സാമ്പത്തീക ബാധ്യതകളുടെ ഇരട്ടിഭാരം കൂടെ ഏറ്റെടുക്കേണ്ടി വന്നത് പല പ്ലാനുകളും തെറ്റിച്ചു.

മടുപ്പു മനസ്സിനെ ബാധിക്കുന്നതു പെട്ടെന്നാണ്.

മറ്റു തിരക്കുകളും ബഹളങ്ങളുമുള്ളപ്പോൾ പ്രിയപ്പെട്ടവരുടെ വിശേഷങ്ങൾ ഒന്നോ രണ്ടോ ഫോൺ കോളിൽ ഒതുക്കിവിടുന്നത് ഒരു വിഷയമായി തോന്നാറില്ല പലപ്പോഴും. അകലെയെങ്കിലും അവരുടെ സാന്നിധ്യം മനോഹരമായ ഒരു വികാരമായിത്തന്നെ ബാക്കി നിൽക്കും.

മനസ്സിനെ വഴി തിരിച്ചു വിടാൻ മറ്റൊന്നും കയ്യിലില്ലാതെ വരുമ്പോൾ, സോഷ്യൽ മീഡിയയുടെ പൊള്ളത്തരങ്ങൾ മനസ്സുമടുപ്പിച്ചു തുടങ്ങുമ്പോഴാണ് പ്രിയപ്പെട്ടവർ എത്ര അകലെയാണെന്ന ചിന്ത പൊള്ളിച്ചു തുടങ്ങുന്നത്. ഫോണിലൂടെയെത്തുന്ന ശബ്ദങ്ങളൊന്നും മതിയാവില്ല അപ്പോൾ ആ സാന്നിധ്യം അനുഭവപ്പെടുത്താൻ.

ചേർത്തൊന്നു പിടിയ്ക്കാൻ ആരുമില്ലെന്നും, തളരുമ്പോൾ തലചായ്ക്കാനൊരു തോളുപോലും കൂടെയില്ലെന്നും മനസ്സിലാവുന്നത് ഓടിയൊളിക്കാനുള്ള ഇടങ്ങളൊക്കെ അന്യമായിക്കഴിയുമ്പോൾ മാത്രമാണ്.

എന്റെ മനസ്സ് അസ്വസ്ഥമായിത്തുടങ്ങിയപ്പോൾ ഒറ്റപ്പെടൽ എത്ര ഭീകരമെന്നു മനസ്സിലാക്കാനായി ചിന്തകളിലേക്ക് അവളും എത്തിനോക്കിത്തുടങ്ങി.

നിഹാര.

ഒരുവർഷത്തെ ജീവിതം മാത്രം സമ്മാനിച്ച തകർന്ന വിവാഹം.

പരസ്പരമുള്ള, ചെളിവാരിയെറിയൽ, കലഹങ്ങൾ. വിവാഹമോചനം തരില്ല എന്ന വാശിയിലായിരുന്നു ആരതി, കൂടെ ജീവിയ്ക്കാനും അവൾ തയ്യാറായിരുന്നില്ല.

പിന്നെ, അവളുടെ വാശി തീർക്കൽ കുഞ്ഞിനെ വച്ചായി. തീരെ കുഞ്ഞാണ് അതുകൊണ്ടു കൂടെ വിടാൻ പറ്റില്ല, കുഞ്ഞിന് പനിയാണ് അല്ലെങ്കിൽ കുഞ്ഞുറങ്ങുകയാണ്, അതുകൊണ്ടു കാണാൻ പറ്റില്ല, എന്നിങ്ങനെ പല പല ഒഴിവുകഴിവുകൾ. വീണ്ടും വീണ്ടും അവരുടെ മുന്നിൽ പോയി അതിനായി യാചിച്ചു, ക്രൂരമായ ഒരാനന്ദത്തോടെ അതെല്ലാം നിഷേധിയ്ക്കപ്പെട്ടു.

മറ്റു വഴിയില്ലാതെ നിയമത്തിൽ പിടിമുറുക്കി പിരിയാൻ തീരുമാനമായി. വാശിയോടെ ഓരോ കാരണങ്ങളുണ്ടാക്കി അവൾതന്നെ അത് നീട്ടിക്കൊണ്ടുപോയി, മാളുവിനെയോർത്തു ക്ഷമിയ്ക്കാതെ മറ്റു വഴിയില്ലായിരുന്നു.

ഒരു ഒളിച്ചോട്ടമായിരുന്നു മറ്റൊരു നഗരത്തിലേക്കുള്ള ചേക്കേറൽ.

മനസ്സിനെ വഴിതിരിച്ചുവിടാനായി പലപല ഡേറ്റിംഗ് സൈറ്റുകൾ, ഒട്ടും ഉറപ്പില്ലാതെ വന്നുപോയ, റിലേഷൻഷിപ്പ് എന്നുപോലും വിളിയ്ക്കാനാവാത്ത ചില ബന്ധങ്ങൾ.

അതിൽ നീണ്ടുപോയതും ഒരു സൗഹൃദമായി വളർന്നതും പൂജയുമായുള്ള ബന്ധമായിരുന്നു, ബോൾഡായ ഒരു മാർവാടിപ്പെണ്ണ്. എന്തും പറയാനും കേൾക്കാനും ഉള്ളൊരു കൂട്ട്. ബുള്ളറ്റിനെയും യാത്രകളെയും സ്നേഹിയ്ക്കുന്നവൾ. ഒരുപാടു പൊരുത്തങ്ങളുണ്ടായിരുന്നു. റൈഡേഴ്സ് ഗ്രൂപ്പിൽ ചേർന്നതും യാത്രകൾ തുടങ്ങിയതും അവൾ കാരണമാണ്. അവളും ഉണ്ടായിരുന്നു പല യാത്രകളിലും.

കെട്ടുപാടുകളില്ലാത്ത ഒരു പക്ഷിയുടെ സ്വാതന്ത്ര്യം, ആ ജീവിതത്തിന്റെ സുഖം ആസ്വദിച്ചുതുടങ്ങിയ നാളുകൾ.

സ്ത്രീസൗഹൃദങ്ങൾ ഏറെയായിരുന്നുവെങ്കിലും യാത്രയോടല്ലാതെ ഒരു പെണ്ണിനോടും പ്രണയം തോന്നിയിരുന്നില്ല. പ്രണയം പറഞ്ഞവരോടൊക്കെ, ഒരു സൗഹൃദം എന്നതിനപ്പുറം അടുപ്പംകാട്ടിയവരെയൊക്കെ, പ്രണയം കോപ്പാണെന്നു തിരിച്ചുപറഞ്ഞ് മനപ്പൂർവ്വം അകറ്റി നിർത്തി.

ആരതി ബാക്കി വച്ചുപോയ കയ്പ്പായിരുന്നു മനസ്സു നിറയെ.

കൂടുതൽ യാത്രകൾക്കായുള്ള, സ്വാതന്ത്ര്യത്തിനായുള്ള അവസരങ്ങൾ നോക്കിയാണ് പുതിയ ഓഫീസിലേയ്ക്ക് മാറിയതും.

അങ്ങനെ പുതിയ ഓഫീസിലെ ആദ്യ ദിനങ്ങളിലൊന്നിലാണ് നിഹാരയെ ആദ്യമായി കണ്ടതും.

മലയാളിത്തം തീരെയില്ലാത്ത ഒരു മലയാളിപ്പെണ്ണ്.

ഒറ്റനോട്ടത്തിൽത്തന്നെ അഹങ്കാരിയെന്നും ജാഡയെന്നും പറയാവുന്ന പ്രകൃതം. വിധേയത്വം കാണിയ്ക്കുന്ന ഒരുപറ്റം ആരാധകർക്കിടയിൽ ഒരു റാണിയെപ്പോലെ.

അതി സുന്ദരിയായതുകൊണ്ടു സ്തുതിപാഠകർ ഏറെ. അതു മാത്രമല്ല ആജ്ഞാശക്തിയുള്ള സംസാരവും.

ഒരു ചെക്ക് കേസുമായി ബന്ധപ്പെട്ട് ഒരു സുഹൃത്തിനൊപ്പമാണ് അന്നവൾ എന്നെ കാണാൻ വന്നത്.

അത്യാവശ്യം ഈഗോയുള്ള അവളെപോലുള്ള ഒരു പെണ്ണിനെ തുടർച്ചയായി അവഗണിച്ചാൽ, അവളുടെ കൂട്ടുകാരിയോട് "ഇന്ന് സുന്ദരിയായിരിയ്ക്കുന്നല്ലോ" എന്നോ, "ഡ്രസ്സ് മനോഹരമായിട്ടുണ്ട്" എന്നോ അവളുടെ മുന്നിൽ വച്ച്, അവളെ ഒന്ന് ശ്രദ്ധിയ്ക്കുകപോലും ചെയ്യാതെ പറഞ്ഞാൽ അവൾ സ്വാഭാവികമായും ആശയക്കുഴപ്പത്തിലാവും.

അങ്ങനെയൊരു ആശയക്കുഴപ്പമായിരുന്നു ഞങ്ങളുടെ സൗഹൃദത്തിന്റെ തുടക്കവും. മോശമെങ്കിൽ മോശമെന്ന് കണ്ണടച്ച് പറയുന്ന എന്റെ പ്രകൃതവും ഒരു കാരണമായി അതിന്. അവൾക്കു തീരെ സ്വീകാര്യമല്ലാത്ത ഒന്നായിരുന്നു അതെങ്കിൽക്കൂടിയും.

അവളോടടുത്തപ്പോഴാണ് ഈ ആരാധകരൊന്നും വെറുതെയല്ല എന്ന് സത്യംപറഞ്ഞാൽ ഞാൻ മനസ്സിലാക്കിയതുതന്നെ.

അത്യാവശ്യം തിരക്കുള്ള ഫാഷൻ ഡിസൈനർ ആയിരുന്നു അവൾ. മനോഹരമായി പാട്ടും, വയലിനും ഗിറ്റാറും കീബോർഡും ഒക്കെ അത്യാവശ്യം നന്നായി കൈകാര്യം ചെയ്യും.

അവളുടെ ഫ്ലാറ്റും എന്റെ താമസസ്ഥലത്തിനോടടുത്തായിരുന്നു.

എന്റെ ഓഫീസിലേയ്ക്ക് പോകുന്ന വഴിയ്ക്കാണ് അവളുടെ ഓഫീസും.

അങ്ങനെ യാദൃശ്ചീകമായ ചില കൂടിക്കാഴ്ചകൾ.

പിന്നെ മനപ്പൂർവ്വമായ കണ്ടുമുട്ടലുകൾ. ഓഫീസിലേക്കുള്ള പോക്കുവരവൊക്കെ ഞങ്ങൾ ഒരുമിച്ചായിത്തുടങ്ങി.

കാറിൽ സ്റ്റീരിയോ വയ്ക്കാൻ സമ്മതിയ്ക്കില്ല, യാത്രയിലുടനീളം അവൾ ഓരോ പാട്ടുകൾ മൂളിക്കൊണ്ടിരിയ്ക്കും, കൂടുതലും ഹിന്ദി. പിന്നെ ചില ഇംഗ്ലീഷ് പ്രണയഗാനങ്ങൾ. ചില പാട്ടുകൾ പലതവണ മൂളും. അതിലൊന്നായിരുന്നു 'ലോസ്റ്റ് ഇൻ ലൗ', അവളുടെ പ്രിയപ്പെട്ട ഒരു പാട്ട്.

ഓഫീസിലേക്കുള്ള ഒരു യാത്രയ്ക്കിടെയാണ് ആരതിയെക്കുറിച്ചും മോളെക്കുറിച്ചുമൊക്കെ അവൾ ചോദിച്ചത്. മാളുവിന് രണ്ടുവയസായെന്നും അവളുടെ ജന്മദിനം മെയ് പതിനഞ്ചാണെന്നും ഒക്കെ കേട്ടപ്പോൾ എന്തോ കണക്കുകൂട്ടും പോലെ അവൾ മിണ്ടാതിരുന്നു ഏറെ നേരം.

"എന്താ നിഹ, എന്തുപറ്റി ?"

"റാം, അപ്പോൾ എന്റെ മോള് പോയ സമയത്താവും ആരതി പ്രഗ്നൻറ് ആയതല്ലേ ? ചിലപ്പോ അതെന്റെ മോള് തിരിച്ചുവന്നെ ആണെങ്കിലോ ?"

"നീയെന്തു ഭ്രാന്താ നിഹ ഈ പറയുന്നത് നിന്റെ മോളോ !!?"

ഒരു 'ലിവ് ഇൻ' റിലേഷൻഷിപ് നിഹയ്ക്കുണ്ടായിരുന്നു അതു പിരിഞ്ഞു എന്നല്ലാതെ മോളെക്കുറിച്ചൊന്നും പറഞ്ഞുകേട്ടിരുന്നില്ല.

"അന്ന് ശിവ എന്നെ പെരുമഴയത്ത് പാതിരാത്രി ഇറക്കിവിട്ടുമ്പോൾ ഞാൻ ആറുമാസം പ്രഗ്നൻറ് ആയിരുന്നു റാം. ശിവയ്ക്കു വേണ്ടായിരുന്നു കുഞ്ഞിനെ, അബോർട്ടുചെയ്യാൻ ഞാൻ സമ്മതിച്ചുമില്ല, അതിനെച്ചൊല്ലിയുള്ള വഴക്കുകൾ.

അന്ന് മഴയത്ത് എങ്ങോട്ടെന്നില്ലാതെ ഇറങ്ങിനടന്നപ്പോൾ ചെറിയ വയറു വേദന, പിന്നെ എന്റെ ബ്ലഡ്പ്രെഷർ മാറുന്നത് ഞാൻ അറിഞ്ഞിരുന്നു. ഏറെനേരം കഴിഞ്ഞാണ് ഒരു ഓട്ടോ കിട്ടിയതുതന്നെ. വയറുവേദന ഏറെ ആയിരുന്നു അപ്പോളേക്കും. ആശുപത്രിയിൽ എത്തിയപ്പോഴേയ്ക്കും എന്റെ തുടയിലുരസി അവൾ പുറത്തു വന്നിരുന്നു. ഒന്നും ചെയ്യാനില്ലായിരുന്നു.

തിരികെ ചെല്ലാൻ വിളിച്ചു ശിവ വന്നിരുന്നു. പോയില്ല, പോവാനായില്ല, അവളുടെ നനഞ്ഞു തണുത്ത ദേഹം, ചോരമണം, എങ്ങനെ മറക്കാനാണ്? എനിയ്ക്കു വേണമായിരുന്നു അവളെ. എന്റെ മോളെ. "

നിഹ കരയുന്നത് അന്നാദ്യമായാണ് ഞാൻ കണ്ടത്, അവൾ അണിഞ്ഞ അഹങ്കാരിയുടെ, തന്റേടിയുടെ മുഖത്തിനപ്പുറമുള്ള അവളുടെ യഥാർത്ഥ മുഖം. അന്ന് കാറൊതുക്കി അവളെ ചേർത്തുപിടിച്ചതു നെഞ്ചിലേയ്ക്കായിരുന്നില്ല ജീവിതത്തിലേയ്ക്കായിരുന്നു.

പ്രണയമെന്താണെന്ന് അനുഭവിച്ച ദിനങ്ങൾ.

ഞാൻ സിഗരറ്റ് വലിയ്ക്കുന്നത് ഇഷ്ടമായിരുന്നില്ല അവൾക്ക്, പക്ഷേ അതവൾ പറഞ്ഞില്ല, പകരം, വലിയ്ക്കാൻ സമ്മതിയ്ക്കാതെ ഓരോ തവണയും എന്റെ ചുണ്ടിൽ നിന്നും സിഗരറ്റ് എടുത്തു ദൂരെയെറിഞ്ഞ് എന്റെ ചുണ്ടുകളെ ദീർഘമായ ഒരു ചുംബനത്തിൽ കുരുക്കിയിട്ടു അവൾ.

പൂജയുടെ ഫോൺ കോളുകളും മെസ്സേജുകളും നിഹയെ അസ്വസ്ഥ യാക്കിത്തുടങ്ങിയപ്പോൾ ഞാൻ പൂജയെ മെല്ലെ അകറ്റി നിർത്തി.

നിഹയിൽ സൗഹൃദമായിരുന്നില്ല വിവാഹം, പിന്നെ വർഷങ്ങൾ നീണ്ട ഒരു ജീവിതം, എനിയ്ക്കു കിട്ടാതെ പോയ പലതും, അതായിരുന്നു ഞാൻ കണ്ടത്. അതിനുവേണ്ടി ഞാൻ ആസ്വദിച്ചുകൊണ്ടിരുന്ന സ്വാ തന്ത്ര്യത്തിന്റെ ചിറകുകൾ ഒന്നൊതുക്കാൻ ഞാനും തയ്യാറായിരുന്നു.

ഒരിക്കലും പ്രായോഗികമല്ലാത്ത ചില ചിന്തകൾ, ആഗ്രഹങ്ങൾ സൃഷ്ടിച്ച കലഹങ്ങളൊഴിച്ചാൽ ഏറ്റവും റൊമാന്റിക് ആയ ജീവിതം.

“റാം, നീ മാളുവിനെ ഇങ്ങോട്ടു കൊണ്ടുവാ, ഞാൻ ജോലി രാജിവ യ്ക്കാം, ഞാൻ നോക്കിക്കോളാം അവളെ ...”

“എന്ത് ഭ്രാന്താ നിഹ നീയി പറയുന്നത്, ആരതി അവളുടെ അമ്മയാണ്, ഞങ്ങൾ ഡിവോഴ്സ് ആയാലും മാളുവിന്റെ അച്ഛൻ എന്നനി ലയ്ക്കുള്ള അവകാശങ്ങൾ എന്നിൽ വരുമെന്നല്ലാതെ അതിൽ നീയൊരു പാർട്ടേ അല്ല നിഹ, അതാണു സത്യം.

പിന്നെ നമ്മുടെ ജീവിതം തുടങ്ങിയശേഷം ഒരുനാൾ മാളു വലുതായി അവളുടെ അച്ഛനെ തേടി വന്നാലും നീ അവളെ പൂർണ്ണമനസ്സോടെ യേൽക്കും എന്ന വിശ്വാസം എനിയ്ക്കുണ്ട്.

അത്രയുമേ എനിയ്ക്കിപ്പോൾ ഉറപ്പുതരാൻ പറ്റൂ നിഹ, കാരണം മാളു എന്റെ മാത്രം അല്ല, ആരതിയുടെ കൂടെ സ്വത്താണ്.”

അന്നു രാത്രി മുഴുവൻ അവൾ ഉറങ്ങാതെ നഖം കൊണ്ട് എന്റെ നെഞ്ചിൽ കോറിവരച്ചിരുന്നു, ഒന്നും മിണ്ടാതെ.

പിറ്റേന്ന് അവൾ നോർമലായി, പതിവു കളിചിരികളുമായി കുറച്ചു ദിവസങ്ങൾ കൂടി.

ഭ്രാന്തമായിരുന്നു, വന്യമായിരുന്നു അവളുടെ പ്രണയം.

എന്റെ കൂടെയുണ്ടായിരുന്ന ഓരോ രാത്രികളിലും പല്ലിന്റേയോ നഖത്തിന്റേയോ ഒരടയാളം എന്നിൽ ബാക്കിവച്ചു അവൾ.

'കുളിച്ച വരാം പെണ്ണേ ആകെ വിയർത്തു', എന്ന പറഞ്ഞ അവസരത്തിൽ ചിലപ്പോൾ പിന്നിലൂടെ ആഞ്ഞു പുണർന്നൊട്ടി നിന്നും, ചിലപ്പോൾ എവിടെ നോക്കട്ടെ എന്ന പറഞ്ഞ് എന്നെ ബലമായി ഭിത്തിയോട്ടുചേർത്തു മുഖത്തും കഴുത്തിലും നാവോടിച്ച് എന്റെ പ്രണയത്തിനു നിന്റെ രുചിയും മണവുമാണെന്ന് അടക്കിപ്പറഞ്ഞും അവൾതന്നെ എന്നെ അവളിലേക്ക് കൂടുതൽ കൂടുതൽ വലിച്ചിട്ടുകൊണ്ടിരുന്നു.

അന്നു പുലർച്ചെ സന്തോഷത്തോടെ എന്റെയടുത്തേയ്ക്ക് അവൾ ഓടി വരും വരെ...

“റാം, ഐ തിങ്ക്, ആം പ്രെഗ്നന്റ്”

“വാട്ട് !!!!!!!!!!! ഹൌ ?!! നമ്മൾ പ്രീകോഷൻ എടുത്തിരുന്നല്ലോ”

“അറിയില്ല റാം, എനിക്ക് അങ്ങനെ ഫീൽ ചെയ്യുന്നു.”

“അങ്ങനെ ആവില്ല നിഹ, മാളുവിന്റെ കാര്യങ്ങൾ സെറ്റിൽ ആക്കാൻ എനിക്കല്പം സമയം, അതു കഴിഞ്ഞു നമ്മുടെ വിവാഹം അതുവരെ നമ്മൾ മാറ്റിവച്ച ഒരു കാര്യമല്ലേ അത്. നിന്റെ തോന്നലാവും. നമുക്ക് ഒരു ക്ലിനിക്കിൽ പോയി ചെക്ക് ചെയ്യാം.”

“ചെയ്തിട്ട്... ??? ആണെങ്കിലോ റാം... ??? നീയും ശിവയെപ്പോലെ അവളെ കൊല്ലാൻ വഴി നോക്കുമോ ??”

“എന്തു ഭ്രാന്താണ് നിഹ !!! നിന്റെ തോന്നലാണ്, കൺഫേം ചെയ്യാം എന്നേ ഞാൻ പറഞ്ഞുള്ളൂ ...”

“എന്റെ തോന്നൽ ശരിയാണെങ്കിലോ എന്നാണ് ഞാൻ ചോദിച്ചത് റാം ?”

“എന്റെ ഡിവോഴ്സ് വരെ നമുക്ക് പറ്റില്ല നിഹ, അങ്ങനെ സംഭവിച്ചാൽ മാളുവിനെ ചിലപ്പോൾ പിന്നെ എനിക്ക് കാണാൻ കൂടെ കഴിഞ്ഞു എന്നു വരില്ല.”

ക്ലിനിക്കിലും ഡോക്ടറിന്റെ അടുത്തുമൊക്കെ പലതവണ പോയി ടെസ്റ്റ് ചെയ്തിട്ടും, റിസൾട്ട് നെഗറ്റീവ് ആണെന്നറിഞ്ഞിട്ടും അതൊന്നും വിശ്വസിയ്ക്കാൻ അവൾ കൂട്ടാക്കിയില്ല.

“ഇല്ല റാം, നീയും... എല്ലാരും കൂടെ എന്നെ ചതിയ്ക്കാൻ നോക്കുവാണ്, എന്റെ കുഞ്ഞിനെ കൊല്ലാൻ. എനിക്കറിയാം അവളെന്റെയുള്ളിലുണ്ടെന്ന്, എനിക്ക് ഫീൽ ചെയ്യാനാവുന്നുണ്ട്.”

വീണ്ടും ഉറക്കമില്ലാത്ത രാത്രികൾ. എന്തൊക്കെയോ പുലമ്പിയും, ചുറ്റി നടന്നും.

ആശുപത്രിയും കൗൺസിലിംഗുമായി വീണ്ടും കുറച്ചു ദിവസങ്ങൾ.

ഒന്നു നോർമലായപോലെ തോന്നി.

പെട്ടെന്നായിരുന്നു ജോലി രാജി വയ്ക്കാനുള്ള അവളുടെ തീരുമാനം. 'ഞാൻ പോകുന്നു റാം' എന്നതിനപ്പുറം ഒന്നും പറയാനവൾ കൂട്ടാക്കിയില്ല, ഒന്നും കേൾക്കാനും.

വീണ്ടും പലതവണ ശ്രമിച്ചു അവളെ തിരികെ വിളിയ്ക്കാൻ.

ഒന്നു കാണാനോ മിണ്ടാനോ പോലും കൂട്ടാക്കാതെ, പറഞ്ഞു മനസ്സിലാക്കാൻ ഒരവസരം പോലും നൽകാതെ ഏറെ അകന്നു പോയിരുന്നു അവൾ.

തകർന്നു പോയ ദിവസങ്ങൾ, കരയാൻ പോലുമാവാത്തവിധം ഒറ്റപ്പെട്ടു പോയിരുന്നു.

ഒക്കെ മറക്കാനാണ് ഏറെ വൈകി ഓഫീസിൽ നിന്നുള്ള മടക്കവും, കൂട്ടുകാരും, കുടിയും, അവധി ദിവസങ്ങളിലെ യാത്രകളും, ഡേറ്റിംഗ് സൈറ്റുകളുമായി വീണ്ടും പഴയതുപോലെ, കുത്തഴിഞ്ഞുപോയ ഒരു പുസ്തകം പോലെ.

നിഹ, ഒരിക്കൽ അടുക്കിപ്പെറുക്കിവച്ച പേജുകളെല്ലാം പലവഴിയ്ക്കു ചിതറിപ്പോയിരുന്നു. അതു മനസ്സിലായത് ഈ ലോക്ക് ഡൌൺ കാലത്താണ്. അത്രമേൽ ഒറ്റപ്പെട്ടപ്പോൾ, അത്രമേൽ നിസ്സഹായനായപ്പോൾ, അവൾക്കു പകരം വയ്ക്കാനൊന്ന്, ഒന്നും തന്നെ, ഇതുവരെ കണ്ടെത്താനായില്ല എന്നു മനസ്സിലായപ്പോൾ.

"ഇത്രമേൽ ഭ്രാന്തമായി മനസ്സും ശരീരവും കീഴ്പ്പെടുത്തി എന്നെ പ്രണയിച്ചിട്ടും പാതിവഴിയിട്ടുപോവാൻ നിനക്കായതെന്തേ?

നീ ബാക്കിവച്ച പ്രണയത്തിന്റെ ലഹരി മാത്രമാണു പെണ്ണേ എന്നിലിന്നും ബാക്കി.

എനിയ്ക്കും ഒരു ഹൃദയമുണ്ടെന്ന്, എനിയ്ക്കും പ്രണയിയ്ക്കാനാവുമെന്ന് മനസ്സിലാക്കിത്തന്നതിന് ഒരുപാടുനന്ദി.

നിനക്കായി കാത്തിരിയ്ക്കുന്നില്ല ഞാൻ. ഒഴുക്കിനൊപ്പം ഒഴുകുന്ന ഇലപോലെ, ഒരു ചില്ലയിലും ഉറയ്ക്കാത്ത കിളിയെപ്പോലെ കാലം എന്നെയും കൊണ്ട് അങ്ങനെ കടന്നു പോയിക്കൊള്ളും."

ഊഞ്ഞാൽ

പിണ്ഡച്ചോറു കൊത്തിത്തിന്നുകൊണ്ടിരിയ്ക്കുന്ന കാക്കകളെ നോക്കി ചിണ്ടനും കുഞ്ഞേലിയും തെക്കേ പ്ലാവിന്റെ ചോട്ടിൽ മറഞ്ഞു നിന്നു. 'ആ ചെറിയ കാക്കയാണ് അമ്മൂമ്മ, മറ്റേത് അപ്പൂപ്പൻ' അവൻ കുഞ്ഞേലിയോട് അടക്കം പറഞ്ഞു, 'അപ്പൊ അതോ?' പിണ്ഡച്ചോറു കൊത്താതെ വടക്കേ വാഴക്കയ്യിൽ ചിറകു കുടഞ്ഞിരിയ്ക്കുന്ന കാക്കയുടെ നേരെ കൈചൂണ്ടിയവൾ. 'അത് വാസുവപ്പൂപ്പനാകും, നമ്മടെ അപ്പൂപ്പനോട് വഴക്കായിരുന്നില്ലേ ? അതാ വരാതെ മാറിയിരിക്കണേ, ഇവര് പോകുമ്പോ വരുവായിരിക്കും, അച്ഛനെ വല്യ ഇഷ്ടര്ന്നല്ലോ വാസുവപ്പൂപ്പന്. ' അവളും ശരിയെന്നു തലയാട്ടി.

കേശുവും, കുഞ്ചുവും, നങ്ങേലിയും, പാച്ചുവുമൊക്കെ പടിഞ്ഞാറേ മാവിലെ ഊഞ്ഞാലിലാണ് കളി.

ചെന്നൈയിലും നാഗ്പൂരും ഒക്കെ ഫ്ലാറ്റല്ലേ, അവർക്കു മാവും ഇതുപോലെ ഉള്ള ഊഞ്ഞാലും ഒന്നും കാണില്ലല്ലോ പാർക്കിലെ ഊഞ്ഞാലല്ലാതെ, അതുകൊണ്ട് അവർ കളിച്ചോട്ടെ എന്ന് വച്ച് മാറി ക്കൊടുത്തതാണ് ചിണ്ടനും കുഞ്ഞേലിയും.

പതിനാറു ബലി കഴിയുമ്പോൾ എല്ലാവരും മടങ്ങിപ്പോകും,

അതുകഴിഞ്ഞു തറവാട് വിൽക്കുന്ന കാര്യം ആലോചിക്കണമെന്ന് വല്യച്ഛൻ അച്ഛനോട് പറയുന്നത് ചിണ്ടൻ കേട്ടതാണ്. പുഴക്കരയിലെ സ്ഥലത്ത് ചിണ്ടന്റെ അച്ഛൻ നേരത്തെ വീട് വച്ചതാണ്. തറവാട്ടിൽ മുത്തശ്ശി തനിച്ചായതുകൊണ്ടവർ താമസം മാറിയില്ല എന്നു മാത്രം. വല്യച്ഛനും, അപ്പച്ചിയുമൊന്നും നാട്ടിൽ വന്നു നിൽക്കാനൊന്നും പോണില്ല, തറവാട് വിറ്റു മൂന്നായി പങ്കിട്ടു പോകാനാണ് എല്ലാവർക്കും താൽപ്പര്യം.

പുഴക്കരയിലെ പുതിയവീട് ചിണ്ടന് ഇഷ്ടമാണ്, പക്ഷേ അവിടെ മുത്തശ്ശിയുടെ മണം ഉണ്ടാവില്ല, മുത്തശ്ശി നട്ട നനച്ച ചെടികളും മരങ്ങളും ഒന്നുമുണ്ടാവില്ല. പടിഞ്ഞാറേ വയസൻ മാവിലെ ഊഞ്ഞാലും.

കൊല്ലം കുറെയായി തടിയൻ കയറിനുമേൽ തടി വളർന്നിട്ടും പൊട്ടാതെ നിൽക്കുന്ന ഊഞ്ഞാലാണ്. നാലുമണിക്ക് സ്കൂൾ വിട്ട വന്ന കാപ്പികുടിയും കഴിഞ്ഞു ചിണ്ടനും കുഞ്ഞേലിയും അവിടെയാണ് കളി. അന്തിക്ക് വിളക്കുവയ്ക്കാൻ മുത്തശ്ശി വിളിയ്ക്കുമ്പോളാവും മേലുകഴുകാനുള്ള ഓട്ടം.

ഇനിയൊന്നുമില്ല, മുത്തശ്ശിയും, ഊഞ്ഞാലും, ഒന്നിച്ചുള്ള നാമംചൊല്ലലും, ഉറക്കവും ഒന്നും. പുതിയവീട്ടിൽ മുകളിലെ ഒരു മുറി ചിണ്ടനാണ്, മറ്റേതു കുഞ്ഞേലിയ്ക്കും. തനിച്ചുറങ്ങാൻ മാത്രം വല്യകുട്ടികളായെന്നാ അമ്മ പറേണെ.

ഒന്ന് രണ്ട ദിവസം കഴിഞ്ഞ് ഒരു ഉച്ചനേരത്തു ഒറ്റയ്ക്ക് ഊഞ്ഞാലാടാൻ പോയ നങ്ങേലി പേടിച്ച കരഞ്ഞോടിവന്നു.

മരിച്ചപോയ അമ്മൂമ്മ ഊഞ്ഞാലിലിരിയ്ക്കണ കണ്ടുവെന്ന്.

തോന്നലാണെന്നു പറഞ്ഞെല്ലാവരും ആശ്വസിപ്പിച്ചുവെങ്കിലും രാത്രിയായപ്പോളേക്കും അവൾക്കു പൊള്ളുന്ന പനിയായി.

പിന്നീടും പലപ്പോഴായി കുട്ടികളിൽ ചിലരും ചില പണിക്കാരും ഊഞ്ഞാലിൽ അമ്മൂമ്മയെ കണ്ടു എന്നു പറഞ്ഞുതുടങ്ങിയപ്പോഴാണ് ചിണ്ടന്റെ അച്ഛൻ രഘുവിനും അവന്റെ വല്യച്ഛനുമൊക്കെ അതിൽ എന്തോ കാര്യമുണ്ടെന്നു തോന്നിത്തുടങ്ങിയത്. അതോടെ പടിഞ്ഞാറേ മാവിലെ ഊഞ്ഞാലിലെ കളി കുട്ടികൾ അവസാനിപ്പിച്ചു.

ഒരാൾ മരിച്ചാലും ആത്മാവ് ഭൂമി വിട്ടുപോവാൻ ആണ്ടുബലി കഴിയണമെന്ന് നമ്പ്യാരുമാഷും പറഞ്ഞു.

ആണ്ടുബലി വരെയൊന്നും തറവാട് വിൽപ്പന നീട്ടിക്കൊണ്ടുപോകാൻ ചിണ്ടന്റെ വല്യച്ഛനും അപ്പച്ചിയ്ക്കുമൊന്നും താല്പര്യമില്ലായിരുന്നു. എത്രയും വേഗം ഊഞ്ഞാലുള്ള ആ മാവ് വെട്ടാനും, വീട് വിൽക്കാനുള്ള വഴി നോക്കാനും രഘുവിനെയേൽപ്പിച്ച പതിനാറുബലി കഴിഞ്ഞപ്പോൾ ത്തന്നെ അവരെല്ലാം മടങ്ങിപ്പോയി.

വീട്ടു വിൽപ്പനയ്ക്കായി അതിന്റെ അടിയാധാരം തിരഞ്ഞുപോയപ്പോളാണ് രഘുവിന് അമ്മയുടെ പഴയ തടിപ്പെട്ടിയിൽ മടക്കിവച്ച മുണ്ടുകൾക്കിടയിൽനിന്നു ഒറ്റവരിയിട്ട ഒരു പഴയ നോട്ടുബുക്ക് കിട്ടിയത്.

കുടുംബത്തിലെ എല്ലാവരുടെയും ജനനത്തീയതി, നാള്, മരണപ്പെട്ടു പോയവരുടെ മരിച്ച നാളും തീയതിയും, വിവാഹം പോലുള്ള വിശേഷങ്ങളുടെ തീയതികൾ ഒക്കെ കുറിച്ചിട്ടിരുന്നു അതിൽ. കൂടാതെ ചില ഭഗവത് സ്തുതികളും ഓർമ്മക്കുറിപ്പുകളും.

ഓണത്തിന് പൂവട്ടിയുമായി തുമ്പയും കാക്കപ്പൂവും തേടി കൂട്ടുകാർക്കൊപ്പം കുറുവന്മല കയറിയതും, വിഷുവിനു കൈനീട്ടംകിട്ടിയ കൊച്ചു നാണയങ്ങൾ കൂട്ടിവച്ചതും, ഒരു തിരുവാതിരയ്ക്ക് ഏറെക്കൊതിച്ചൊരു പുള്ളിപ്പാവാട തൈപ്പിച്ചു കിട്ടിയതുമൊക്കെ അതിൽ കുറിച്ചിരുന്നു.

അമ്മ എഴുതിയിരുന്നു എന്നത് അയാൾക്കൊരു പുതിയ അറിവായിരുന്നു.

അതിൽ അയാൾക്ക് ഏറെ കൗതുകം തോന്നിയത് ഊഞ്ഞാലിനെപ്പറ്റിയുള്ള ഒരു കുറിപ്പായിരുന്നു.

അമ്മയുടെ പതിനഞ്ചാം വയസ്സിലെ ഒരോണക്കാലത്ത് രണ്ടു തെങ്ങിലായി വലിച്ചുകെട്ടിയ വടത്തിൽ മുത്തശ്ശൻ ഇടീച്ചുകൊടുത്തൊരു ആലാത്തുഞ്ഞാൽ.

പട്ടു ദാവണിയുടുത്ത് കൂട്ടുകാർക്കൊപ്പം അതിൽ ഊഞ്ഞാലാടിക്കൊണ്ടിരുന്നപ്പോളാണ് അമ്പാട്ടെ കാരണവർ കൊച്ചുമകനുമായി അവളെ പെണ്ണുകാണാനെത്തിയത്. ആയത്തിലാടിച്ചെന്ന് മുന്നിൽനിൽക്കുന്ന പുളിയിൽനിന്ന് ഇലകടിച്ചെടുക്കാനുള്ള മത്സരത്തിലായിരുന്നു അവർ.

ആ ഊഞ്ഞാൽച്ചോട്ടിൽ വച്ചാണ് രഘുവിന്റെ അച്ഛനെ ആദ്യമായി അമ്മ കാണുന്നത്.

അധികം വൈകാതെ അവൾ വധുവായി അമ്പാട്ടെത്തി.

വലിയൊരു കുടുംബത്തിന്റെ ചുമതലകളേറ്റ് ഒരു നല്ല മരുമകളായി, പിന്നെ അമ്മയായി, അമ്മൂമ്മയായി.

അപ്പോളും പതിനഞ്ചാം വയസ്സിൽ പിന്നിലുപേക്ഷിച്ചുപോന്ന ഊഞ്ഞാൽ ഒരു കൊതിയായി ബാക്കി നിന്നു.

പണിക്കാരെക്കൊണ്ട് മക്കൾക്കായും, പിന്നെ കൊച്ചുമക്കൾക്കായുമൊക്കെ ചാഞ്ഞ മരക്കൊമ്പുകളിൽ ഊഞ്ഞാൽ കെട്ടിച്ചവരെ കളിപ്പിക്കുമ്പോഴും ആ സന്തോഷം അവൾക്കന്യമായിത്തന്നെ നിന്നു.

അവളപ്പോളേക്കും പക്വതയുള്ള ഗൃഹനാഥയുടെ വേഷം ഏറ്റെടുത്തിരുന്നല്ലോ.

പിന്നീടൊക്കെ മക്കളെക്കുറിച്ചും, അവരുടെ വളർച്ചയെക്കുറിച്ചും,

കൊച്ചുമക്കളെ കാണാനുള്ള കൊതിയെക്കുറിച്ചും, മക്കളും കൊച്ചുമക്കളും തറവാട് നിറയെ ആൾക്കാരുമായി ആഘോഷിക്കാൻ കഴിയാതെ പോയ വിശേഷദിനങ്ങളെക്കുറിച്ചുമുള്ള ആവലാതികൾ, പ്രതീക്ഷകൾ ഒക്കെ നിറച്ച കുറിപ്പുകൾ.

ആ കുറിപ്പുകൾ വായിച്ചു കഴിഞ്ഞപ്പോൾ പടിഞ്ഞാറേ മാവിലെ ഊഞ്ഞാലിൽ തന്റെ അമ്മയെ കണ്ടു എന്ന് അയാൾക്കും തോന്നി,

ഒരു പതിനഞ്ചുകാരിയുടെ അപൂർണ്ണമായിപ്പോയ അഭിലാഷങ്ങളുടെ ഓർമ്മകളുമായി അമ്മയിപ്പോൾ ആ ഊഞ്ഞാൽ ആടിക്കൊണ്ടിരിയ്ക്കുയാണ് എന്നും.

പിറ്റേന്ന് ചിണ്ടന്റെ വല്യച്ഛൻ രഘുവിനെ ഫോൺ വിളിച്ചു. തറവാടുവിൽപ്പന മുന്നോട്ടുപോകാത്തതിലും ആത്മാവിനെക്കണ്ടു എന്ന ശ്രുതികേട്ട് മാവുവെട്ടാൻ ആളെ കിട്ടാത്തതിലും അസ്വസ്ഥനായിരുന്നു അയാൾ.

ആ മാവുമുറിച്ചുകളയാതെ തറവാട് വിൽപ്പന നടക്കാൻ സാധ്യതയില്ല.

തറവാട് വിറ്റു കിട്ടുന്ന പൈസ കണ്ടാണ് അയാൾ മൂത്ത മകന് മെഡിസിന് അഡ്മിഷൻ പറഞ്ഞു വച്ചിരിയ്ക്കുന്നത്. പെങ്ങൾക്കുമുണ്ട് ആവശ്യങ്ങൾ, ഒക്കെ വീടു വിറ്റു കിട്ടുന്ന പൈസ കൊണ്ടുവേണം.

പുറത്തുനിന്ന് മാവുവെട്ടാൻ ആളെ കിട്ടിയില്ല എങ്കിൽ രഘു തന്നെ ഒരു വഴികണ്ട് ആ കൊമ്പും ഊഞ്ഞാലും മുറിച്ചുകളയണം എന്നായിരുന്നു ചിണ്ടന്റെ വല്യച്ഛന്റെ അഭിപ്രായം.

അപ്പോൾ എതിർത്തൊന്നും പറഞ്ഞില്ലായെങ്കിലും രഘുവിന് അതൊട്ടും സ്വീകാര്യമായി തോന്നിയില്ല.

അമ്മയുടെ കുറിപ്പുകളെപ്പറ്റി പറഞ്ഞാലൊന്നും ചേച്ചിയോ ചേട്ടനോ സ്വീകരിയ്ക്കാനും പോകുന്നില്ല. മാത്രമല്ല ഒക്കെ സ്വത്തു കൈക്കലാക്കാനുള്ള തന്റെ അടവായി അവർ വ്യാഖ്യാനിയ്ക്കാനും സാധ്യതയുണ്ട്. എന്തു ചെയ്യണമെന്ന് രഘുവിന് ഒരു രൂപവും ഉണ്ടായിരുന്നില്ല.

അസ്വസ്ഥതയോടെയാണ് അയാൾ അന്ന് ഉറങ്ങാൻ കിടന്നത്.

അന്നുരാത്രി സ്വപ്നത്തിൽ രഘു അമ്മയെക്കണ്ടു, അയാളുടെ മുടിയിൽ തലോടി പതിവു പുഞ്ചിരിയോടെ സൗമ്യമായി അമ്മ പറയുന്നത് അയാൾ കേട്ടു.

'മോനേ, വാസുക്കുട്ടനും അച്ഛനുംതമ്മിൽ സ്വത്തിന്റെപേരിലുണ്ടായ

പിണക്കം മരണംവരെ നീണ്ടുപോയതുകണ്ടതാണ് നിന്റെ അമ്മ. പരസ്പ്പരം ഒരുപാട് സ്നേഹമുണ്ടായിട്ടും സ്വത്തിന്റെയും കാശിന്റെയും പേരും പറഞ്ഞ് വാശിയോടെ അകന്നുപോയവർ.

നീ അമ്മയുടെ പേരും പറഞ്ഞ് ഈ മാവ് മുറിക്കാതെയും അതുകൊണ്ടു തറവാട് വിൽപ്പന നടക്കാതെയുമിരുന്നാൽ അതു നീ മനപ്പൂർവ്വം ചെയ്യുന്നതാണെന്നേ നിന്റെ ചേട്ടനും ചേച്ചിയും കരുതു. എന്റെ മക്കൾക്കിടയിൽ സ്വത്തിന്റെപേരിലോ വേറെ എന്തെങ്കിലും കാരണത്താലോ ഒരകൽച്ചയുണ്ടാകുന്നത് അമ്മയ്ക്കൊരിയ്ക്കലും സഹിയ്ക്കാനാവില്ല. നിങ്ങൾ എന്നും സ്നേഹത്തോടെയിരിയ്ക്കണം. നാളെത്തന്നെ എന്റെ പൊന്നുമോനാ മാങ്കൊമ്പ് മുറിച്ചുകളഞ്ഞേക്ക്.

അമ്മയിനി ആ ഊഞ്ഞാൽ തേടി വരില്ല ഒരിക്കലും.'

പിറ്റേന്ന് ആ മാങ്കൊമ്പും ഊഞ്ഞാലും കൈക്കോടാലികൊണ്ട് മുറിച്ചെറിഞ്ഞു തിരിഞ്ഞു നടക്കുമ്പോൾ രഘു അമ്മയെ ചിതയിലേയ്ക്കെടുക്കുമ്പോൾ കരഞ്ഞതിനേക്കാൾ ഉറക്കെയുറക്കെ കരഞ്ഞുകൊണ്ടിരുന്നു.

വൈറസ്

ഫോൺ വൈബ്രേറ്റ് ചെയ്യുന്നതറിഞ്ഞാണ് എമിലി മയക്കത്തിൽ നിന്നുണർന്നത്. ഇന്നു ഡ്യൂട്ടിയില്ല. ഐസിയുവിനു പുറത്തെ കസേരകളിലൊന്നിൽ ഇരുന്നു മയങ്ങിപ്പോയതറിഞ്ഞില്ല.

അമ്മച്ചിയാണ്.

പതിവ് വിശേഷങ്ങൾക്കപ്പുറം അമ്മച്ചി ഒന്ന് നിശബ്ദയായി, പിന്നെ മെല്ലെ പറഞ്ഞു, "നമ്മടെ കുന്നുംപുറത്തെ ചാക്കോച്ചൻ ആത്മഹത്യ ചെയ്തു, അവരുടെ റബ്ബറുപുരയിൽ തൂങ്ങിച്ചാകുവായിരുന്നു." പിന്നെയും അമ്മച്ചി എന്തൊക്കെയോ പറഞ്ഞു. ഒന്നും കേൾക്കാനാവുന്നില്ല.

ഉയർന്നുവന്നൊരു കരച്ചിൽ തൊണ്ടക്കുഴിയിലിരുന്നു നീറുന്നത് എമിലിയറിഞ്ഞു.

കാൾ കട്ടായിട്ടും അവൾ കുറച്ചുനേരം അത് ചെവിയോടുചേർത്തിരുന്നു.

കുഞ്ഞുന്നാൾ മുതൽ അറിയുന്നതാണ് ചാക്കോച്ചനെ. കവലയിലെ മാഞ്ചോട്ടിൽ ചാക്കോച്ചനന്നൊരു കടയുണ്ട്. അത്ര തിരക്കൊന്നുമില്ലാത്ത, രണ്ടോ മൂന്നോ കടകൾ മാത്രമുള്ള ഒരു കവല.

കല്ലുമിഠായിയുടെയും കടല മിഠായിയുടെയും കുപ്പികൾക്കു പിന്നിലായി പ്ലാസ്റ്റിക് കുപ്പിയിലിട്ടുവച്ച, പല നിറമുള്ള ബട്ടണുകൾ കീഴോട്ടാക്കുമ്പോൾ അതാതു നിറത്തിലെ ഫില്ലർ കീഴ്പ്പോട്ടുവരുന്ന പേനകൾ കൊതിയോടെ എത്രതവണയാണ് നോക്കി നിന്നിട്ടുള്ളത്.

ചാച്ചനെ സോപ്പിട്ട് അതിലൊന്ന് കയ്യിലാക്കാൻ പെട്ട പാട്.

-Nooshi-

ഇടവേളകളിൽ വരുന്ന കെഎസ്ആർടിസി ബസ്സുകളാണ് അന്ന് സ്കൂളിൽ പോകാൻ ആശ്രയം.

വൈകിട്ട് ബസ്സിറങ്ങുമ്പോൾ ചാച്ചൻ കവലയിൽ കാത്തുനിൽപ്പ ണ്ടാവും.

നേരെ ചാക്കോച്ചന്റെ കടയിൽ കൊണ്ടുപോയി നാരങ്ങാ വെള്ളമോ സംഭാരമോ വാങ്ങിത്തരും.ചിലപ്പോൾ കപ്പലണ്ടിയിൽ ചുവന്ന മധുരം പൊതിഞ്ഞ മുത്തുപോലെയുള്ള മിഠായിയോ ഒരുപൊതി പഠാണിക്ക ടലയോ കിട്ടും. അത് കൂടാതെ ചാക്കോച്ചന്റെ വകയായി ഒരു ഗ്യാസുമി ഠായിയോ നാരങ്ങാ മിഠായിയോ കൂടെ.

ചാക്കോച്ചന്റെ മക്കളും എമിലിയുടെ സ്കൂളിൽ ആയിരുന്നെങ്കിലും മുതിർന്ന ക്ലാസ്സുകളിൽ ആയിരുന്നതുകൊണ്ട് അവരുമായി അത്ര സൗഹൃദമൊന്നും ഉണ്ടായിരുന്നില്ല അവൾക്ക്. മൂന്നാണ്മക്കളാണ് ചാക്കോച്ചന്.

മൂന്നാമത്തെ പ്രസവത്തോടെ മരിച്ചതാണ് ചാക്കോച്ചന്റെ ഭാര്യ യെന്ന് കേട്ടിട്ടുണ്ട്. ചാക്കോച്ചൻ പിന്നെ കെട്ടിയൊന്നുമില്ല, കടക്കു പിന്നിലെ വീട്ടിൽ മൂന്നു മക്കളെയും നോക്കി ഒതുങ്ങിക്കൂടി.

മക്കൾ മുതിർന്നപ്പോൾ ഒരാൾ കൃഷിയിലേയ്ക്കും, മറ്റൊരാൾ കച്ചവട ത്തിലേയ്ക്കും തിരിഞ്ഞു, മൂന്നാമൻ വിദേശത്തെവിടെയോ ആണ്.

മൂന്നാളും കുടുംബമൊക്കെയായി കഴിയുന്നു.

ചാക്കോച്ചൻ കഴിഞ്ഞ ആഴ്ചയാണ് ഡിസ്ചാർജ് ആയിപ്പോയത്, കൊറോണയായിരുന്നു. വെന്റിലേറ്ററിലായിരുന്നു രണ്ടാഴ്ച.

പിപിഇക്കിറ്റിനുള്ളിലെ എമിലിയെ തിരിച്ചറിഞ്ഞാവില്ല, എന്നാലും ചാക്കോച്ചൻ പലതവണ അവളുടെ കയ്യിൽ മുറുകെ പിടിച്ചിരുന്നു. ചാക്കോച്ചന്റെ കണ്ണൊക്കെ നിറഞ്ഞൊഴുകുന്ന കണ്ടപ്പോൾ ഇടയ്ക്കൊ ക്കെ അവളും കരച്ചിലടക്കാൻ പാടുപെട്ടു.

നെഗറ്റീവായിട്ടും കൂട്ടിക്കൊണ്ടുപോകാൻ മക്കളൊന്നും തയ്യാറാ യിരുന്നില്ല, എമിലിയും പലതവണ ഫോൺ ചെയ്തു നോക്കിയതാണ്, ആശുപത്രിയിൽ നിന്നാണ് എന്ന് മനസ്സിലാക്കുമ്പോൾ ഒന്നും സംസാ രിക്കാൻ കൂട്ടാക്കാതെ കട്ടുചെയ്യുകയായിരുന്നു.

പിന്നീട് നാട്ടുകാരും ജനപ്രതിനിധികളും ഇടപെട്ടാണ് ആംബുലൻ സിൽ വീട്ടിലെത്തിച്ചത്, എന്നിട്ടും റബ്ബറുപുരയിൽ കട്ടിലും മറ്റു സൗകര്യ ങ്ങളും ഒരുക്കി അങ്ങോട്ടു മാറ്റി എന്നറിഞ്ഞു.

സമയാസമയം ഒരു പണിക്കാരി പുറത്തെ വാതിലിനരികിൽ ഭക്ഷണം വച്ച് മടങ്ങാറുണ്ടായിരുന്നു എന്നും.

രണ്ടുമൂന്നു നേരത്തെ ഭക്ഷണം വാതിൽക്കൽ ബാക്കിയായപ്പോളാണ് നോക്കിയതുതന്നെ, അപ്പോളേക്കും എല്ലാം കഴിഞ്ഞിരുന്നു.

രണ്ടു ദിവസം മുമ്പ് അസുഖം ഭേദമായിട്ടും കൂട്ടിക്കൊണ്ടുപോകാൻ തയ്യാറാകാതെ കൊച്ചുമക്കൾ ഉപേക്ഷിച്ച ഒരു മുത്തശ്ശി ആശുപത്രി വരാന്തയിലിരുന്നു കരയുന്നതുകണ്ട് അവരെ ആശാഭവനിലാക്കാൻ മുൻകൈയെടുത്തത് നഴ്സിംഗ് സൂപ്രണ്ടും മറ്റുമാണ്. പണവും പിടിപാടും ഉള്ളതുകൊണ്ട് അവരുടെ കൊച്ചുമക്കളുടെ പേരോ, ഈ വിവരങ്ങളോ പുറത്തുപോകരുത് എന്ന് മുകളിൽ നിന്നു കർശന നിർദ്ദേശവുമുണ്ടായിരുന്നു.

ആശാഭവനിൽ എത്തിച്ചെങ്കിലും കൊറോണയെ അതിജീവിച്ചെങ്കിലും അവഗണന സഹിക്കാനാവാത്ത കൊണ്ടാവും മണിക്കൂറുകൾക്കകം ആ മുത്തശ്ശി ഹൃദയം തകർന്നു മരിച്ചുപോയത്.

ഐസിയുവിനുമുന്നിലെ ഗ്ലാസ്സിലൂടെ എമിലി പുറത്തെ റോഡിലേയ്ക്കുനോക്കി.

നിരത്തിലൂടെ മാസ്കുധരിച്ച മനുഷ്യർ തിരക്കിട്ടെങ്ങോട്ടൊക്കെയോ നടന്നു പോകുന്നു. വാഹനങ്ങളുടെ എണ്ണത്തിലും കുറവൊന്നുമില്ല.

ചിരിക്കാൻ മറന്നുപോയ, ചിരിയൊളിപ്പിക്കാൻ പഠിച്ച മനുഷ്യർ, പാഴ്ച്ചിരികൾ ചിരിക്കേണ്ടയെന്നു മാസ്കിന്റെ മറയിൽ ആശ്വാസം കൊള്ളുന്നവർ.

ചിലയിടങ്ങളിലെങ്കിലും സാമൂഹിക അകലത്തിനേക്കാൾ മാനസീകമായ അകലം ഏറി വരുന്നുണ്ട് ഇപ്പോൾ, സ്വാർത്ഥതയും.

മൈഥിലി

അടച്ചിട്ട വീടു പോലെയാണ് ചില മനുഷ്യർ, മാറാല പിടിച്ച ഓർമ്മകൾ ചുവരിൽ നിറച്ച്, കൊട്ടിയടച്ച ജാലകത്തിനപ്പുറമുള്ള വെളിച്ചമറിയാതെ, മുറികൾ തോറും ചിതലും ഈറനും മണക്കുന്ന കനത്തൊരു കാറ്റു പേറി. ഒരിക്കൽ നിറം പിടിപ്പിച്ച ചുവരുകൾ മങ്ങി പായൽ പടർന്ന്, ഒരിക്കൽ മുഴങ്ങി പടിയിറങ്ങിപ്പോയ അനക്കങ്ങളൊക്കെ ഉള്ളിലടക്കി, തകർന്നു വീഴും വരെ ഒരു കാത്തിരിപ്പുണ്ടാകും, എന്തിനാണ് ഉപേക്ഷിക്കപ്പെട്ടത് എന്നറിയാതെ.

ഇതെന്റെ മൈഥിലിയുടെ കഥയാണ്.

'അനു നോക്ക് സൂര്യന്റെ പുതിയ പുസ്തകം', മൈഥിലി ആവേശത്തോടെ അന്നെന്റെ അരികിലേക്ക് ഓടിവന്നു.

സൂര്യനെന്നാൽ പെണ്ണിന് ഭ്രാന്താണ്. അവന്റെ എഴുത്തുകൾക്കായി കൊതിയോടെ കാത്തിരിക്കുന്നവൾ, അയാളുടെ ഓരോ പുസ്തകവും പലവട്ടം വായിച്ച് ഹൃദിസ്ഥമാക്കിയവൾ.

ഞാൻ പലവട്ടം വിലക്കിയതാണ് ഈ ആരാധന. അതിൽ ഒരു പ്രണയം കാണാനാവുമായിരുന്നു എനിക്ക്.

വ്യക്തിത്വം വെളിപ്പെടുത്താത്ത ഒരു എഴുത്തുകാരൻ, അയാൾ ഒരു കള്ളനോ, കൊലപാതകിയോ, വൃദ്ധനോ ആവാം, ചിലപ്പോൾ ആ പേരിൽ ഒളിച്ചിരിക്കുന്ന ഒരു സ്ത്രീ ആവാം, ചിലപ്പോ ഒരു അർദ്ധനാരിയാവാം. മനപ്പൂർവ്വം മറഞ്ഞിരിക്കാൻ ആഗ്രഹിക്കുന്ന ഒരാൾക്ക് അതിനു വ്യക്തമായ പല കാരണങ്ങളുണ്ടാവും.

പലവട്ടം പറഞ്ഞു മനസ്സിലാക്കാൻ നോക്കിയിട്ടും അവൾക്കു യാതൊരു മാറ്റവുമില്ല.

അങ്ങനെയാണ് അയാൾ ആരെന്നു തിരഞ്ഞു നോക്കാം എന്ന് ഞാൻ മൈഥിലിയോട് പറഞ്ഞത്. എന്റെ സുഹൃത്ത് മിഥുന് മീഡിയയുമായി ബന്ധപ്പെട്ട ജോലി ആയതുകൊണ്ടാണ് അതിനായി തുനിഞ്ഞിറങ്ങാം എന്നു വച്ചതും.

പക്ഷേ മാധ്യമങ്ങൾക്കൊന്നും പിടികൊടുക്കാതെ തൂലികാനാമത്തിൽ ഒളിച്ചിരിയ്ക്കുന്ന ഒരാളെ കണ്ടെത്തുക വിചാരിച്ചത്ര എളുപ്പമായിരുന്നില്ല.

സൂര്യന്റെ ബുക്കുകൾ ഇറക്കിയ പബ്ലിഷർ അയാളെക്കുറിച്ചുള്ള ചോദ്യങ്ങൾക്കൊന്നും മറുപടി പറയാൻ തയ്യാറായിരുന്നുമില്ല.

സംസാരത്തിൽ നിന്ന് സൂര്യൻ അദ്ദേഹത്തിന്റെ അടുത്ത സുഹൃത്താണെന്നു തോന്നിയിരുന്നതുകൊണ്ട് ആ ആവശ്യത്തിന് മറ്റൊരാളെ സമീപിയ്ക്കാനോ മറ്റൊരു വഴി തേടാനോ ഞങ്ങൾ പിന്നെ ശ്രമിച്ചില്ല.

പലവട്ടം നടന്നും കാലുപിടിച്ചുമൊക്കെയാണ് അദ്ദേഹം സൂര്യനോട് ചോദിച്ചു പറയാം എന്ന് അർദ്ധസമ്മതം മൂളിയതുതന്നെ.

പിന്നേയും ആഴ്ചകളുടെ കാത്തിരിപ്പും സന്ദർശനങ്ങളും ഫോൺവിളികളും.

'സൂര്യൻ സ്ഥലത്തില്ല', 'എഴുത്തിന്റെ തിരക്കിലാണ്', 'സുഖമില്ല'... പോലുള്ള പതിവ് മറുപടികൾ.

മൈഥിലി ആകെ അസ്വസ്ഥയായിരുന്നു, എന്നേയോ മിഥുനേയോ കൂട്ടാതെയും പലവട്ടം അവൾ അദ്ദേഹത്തെ പോയിക്കണ്ട് സൂര്യനെക്കുറിച്ചു തിരക്കിക്കൊണ്ടിരുന്നു.

അങ്ങനെയാണ് ഒടുവിൽ സൂര്യൻ ഞങ്ങളെ കാണാൻ സമ്മതം മൂളി എന്ന് അദ്ദേഹം അറിയിച്ചത്. ഫോട്ടോകൾ എടുക്കരുത്, വാർത്തകളിൽ വരരുത് അങ്ങനെ കുറച്ചു നിബന്ധനകൾ മാത്രം.

അതു കേട്ടപ്പോൾ സത്യംപറഞ്ഞാൽ ഞങ്ങൾ എല്ലാവരും വളരെയേറെ സന്തോഷിച്ചു.

ഒരുപാട് മനോഹരമായ സൃഷ്ടികളുടെ രചയിതാവിനെ, അതും ഇന്നുവരെ ആർക്കും പിടികൊടുക്കാതെ ഒളിച്ചിരിയ്ക്കുന്ന, ലക്ഷക്കണക്കിന് ആൾക്കാരുടെ ആരാധനാപാത്രമായ എഴുത്തുകാരനെ കാണാൻ പോകുന്നതിന്റെ ആവേശം.

“ഇത് രഘുനന്ദൻ അല്ലേ, പഴയ ഡയറക്ടർ, സിനിമാനടി ചന്ദ്രധാരയുടെ ആദ്യഭർത്താവ്!! ?” ആളെക്കണ്ടു മിഥുൻ അതിശയത്തോടെ എന്നെ നോക്കി.

ഞാനും പ്രതീക്ഷിച്ചതായിരുന്നില്ല അത്. ഇന്നും വെള്ളിത്തിരയിൽ നിറഞ്ഞുനിൽക്കയാണ് ചന്ദ്രധാര.

അവരും അദ്ദേഹവുമായുള്ള പ്രണയവും, വിവാഹവും, വേർപിരിയലുമെല്ലാം ഒരുകാലത്തു വാർത്തകളിൽ നിറഞ്ഞു നിന്നതാണ്.

അതിനുകാരണം തെലുങ്കു നടി ജയബാല ആയിരുന്നു എന്ന് കേട്ടിരുന്നു. ജയബാല ഇന്നും വിവാഹിതയല്ല, സിനിമ ഒക്കെ വിട്ട് കാനഡയിൽ താമസമാണ്.

വർഷങ്ങളായി സിനിമയിൽ സജീവമല്ല അദ്ദേഹം, എല്ലാവരും മറന്നു എന്നുതന്നെ പറയാം.

ആരാധനയോടെ സൂര്യനെ നോക്കി നിന്നിരുന്ന മൈഥിലിയുടെ കയ്യിൽ ഞാൻ നുള്ളി, ഒരു ഞെട്ടലോടെ അവൾ എന്നെ നോക്കി, സന്തോഷം കൊണ്ട് ആ കണ്ണുകൾ നിറഞ്ഞിരുന്നു.

തമാശയും ചിരിയും വർത്തമാനവുമൊക്കെയായി ആ ദിവസം കടന്നു പോയതുതന്നെ അറിഞ്ഞില്ല, സൗമ്യനായ, സരസനായ ഒരു മനുഷ്യൻ. തലക്കനം ഒട്ടുമില്ലാതെ നാടൻ കർഷകന്റെ മട്ടിലുള്ള സംസാരം. കഥകളെയും കഥാപാത്രങ്ങളെയും പറ്റിപറയുമ്പോൾ വാക്കുകളിൽ ഒരമ്മയുടെ വാത്സല്യം.

എഴുത്തുകൾ ഭൂതകാലത്തിൽ മുങ്ങിപ്പോകാതെയിരിക്കാൻ അതിന്റെ പേരിൽ കീറിമുറിക്കപ്പെടാതെയിരിക്കാൻ അദ്ദേഹം സ്വീകരിച്ച തൂലികാനാമം ആയിരുന്നു ‘സൂര്യൻ’.

അന്നു യാത്രപറഞ്ഞിറങ്ങുമ്പോളേക്കും നല്ല ഒരു സൗഹൃദം ഞങ്ങൾക്കിടയിൽ ഉടലെടുത്തിരുന്നു.

വീണ്ടും ചില കൂടിക്കാഴ്ചകൾ. സൗഹൃദ സംഭാഷണങ്ങൾ.

പക്ഷേ ഞങ്ങളോടൊപ്പമല്ലാതെയും മൈഥിലി അദ്ദേഹത്തെ കണ്ടിരുന്നു എന്ന് ഞാൻ അറിഞ്ഞത് വളരെ വൈകിയാണ്.

സ്ത്രീ വിഷയത്തിൽ അത്ര നല്ലപേരില്ലാത്ത ഒരാളെ അവൾ ഒറ്റയ്ക്കു പോയി കാണുന്നതൊന്നും ഞാനൊരിക്കലും അംഗീകരിക്കില്ല എന്ന് അവൾക്കും അറിയാമായിരുന്നു, അതുകൊണ്ടാവും അവൾ മറച്ചു വച്ചതും.

ഞാനറിഞ്ഞു വന്നപ്പോഴേയ്ക്കും വിലക്കിയാലും കേൾക്കാത്തവണ്ണം അവൾ അദ്ദേഹത്തോട് അടുത്തിരുന്നു.

അത്ര സന്തോഷത്തോടെ അവളെ അന്നുവരെ ഞാൻ കണ്ടിരുന്നു മില്ല. അച്ഛന്റെയും അമ്മയുടെയും മരണശേഷം ആകെ ഒറ്റപ്പെട്ട ഒരു ജീവിതമായിരുന്നല്ലോ അവളുടേത്. അതുകൊണ്ടുതന്നെ അരുതെന്നു പറയാനും എനിക്കായില്ല.

വളരെ സന്തോഷത്തോടെ കടന്നുപോയ കുറെയേറെ മാസങ്ങൾ.

അന്നു ഞാൻ ഓഫീസിൽ നിന്നും മടങ്ങി റൂമിൽ എത്തിയപ്പോൾ എന്തൊക്കെയോ ഗുളികകൾ കഴിച്ച മൈഥിലിയെ അബോധാവസ്ഥ യിൽ കാണുംവരെ.

ആശുപത്രിവാസവും ഐസിയുവും ഒക്കെയായി കുറെയേറെ ദിവസങ്ങൾ തിരിച്ചുതന്നത് സ്വബോധം നഷ്ടമായ ഒരു മൈഥിലിയെ ആയിരുന്നു, പരസ്പരം ബന്ധമില്ലാതെ എന്തൊക്കെയോ പുലമ്പി, ഇടയ്ക്കു കരഞ്ഞും, ഇടയ്ക്കു ബഹളം വച്ചും, സ്വയം മുറിവേൽപ്പിച്ചുമൊക്കെ അവൾ ആരോടൊക്കെയോ പകതീർത്തുകൊണ്ടിരുന്നു. എനിക്ക് തീരെ പരി ചയമില്ലാത്ത ഒരു മൈഥിലി.

വേറെ മാർഗ്ഗമില്ലാതെ അവളെ ഭ്രാന്താശുപത്രിയിൽ ആക്കേണ്ടി വന്നു.

പലപ്പോളും അവൾ അക്രമാസക്തയായി, ആരു ചെന്നാലും വന്യമായ പെരുമാറ്റം. മരുന്നുകൾ കൊടുത്തു മയക്കിയിടേണ്ട അവസ്ഥ.

ആരെയും തിരിച്ചറിയാതെ, ഒന്നും മിണ്ടാതെ ഒരു സെല്ലിൽ ഏകയായി അവൾ.

മൈഥിലിയ്ക്ക് എന്താണ് സംഭവിച്ചതെന്ന് എനിയ്ക്കറിയണമായിരുന്നു. കാരണക്കാരൻ സൂര്യനല്ലാതെ മറ്റാരും ആവില്ല എന്നും എനിക്കുറപ്പാ യിരുന്നു.

ഞാൻ സൂര്യനെ കാണാൻചെന്ന അന്ന് ആദ്ദേഹം വല്ലാതെ മദ്യ പിച്ചിരുന്നു.

ആകെത്തളർന്നവശനായി, പാതി ബോധത്തിൽ കിടന്ന സൂര്യനിൽ നിന്നാണ് ഞാൻ അറിഞ്ഞത് അന്ന് മൈഥിലി ചെന്നപ്പോൾ അവിടെ ജയബാല ഉണ്ടായിരുന്നു എന്ന്, കാനഡയിൽ നിന്ന് വർഷങ്ങൾ ക്കുശേഷം അവർ അദ്ദേഹത്തെ തേടി വന്നതായിരുന്നു. സൂര്യന്റെ നെഞ്ചിൽ ഒട്ടി നിന്ന ജയബാലയെക്കണ്ട് മൈഥിലി നിശബ്ദയായി

ഇറങ്ങിപ്പോയതായിരുന്നു.

ഒരു ഡയറിയും നെഞ്ചോടടക്കി സൂര്യൻ പിന്നേയും എന്തൊക്കെയോ പുലമ്പിക്കൊണ്ടിരുന്നു.

പിന്നീട് ഒരിക്കൽക്കൂടി മിഥുനൊപ്പം എനിക്ക് അവിടേയ്ക്കു പോകേണ്ടി വന്നു, അന്ന് മുറിഞ്ഞ ഞരമ്പുകളിലൂടെ ചോരവാർന്ന് നിശ്ചലനായിക്കിടന്ന അദ്ദേഹത്തിന്റെ മാറിൽ നിന്ന് ഊർന്നു വീണ ഡയറി നിറയെ 'മൈഥിലി' എന്നുമാത്രം കുറിച്ചിരുന്നു.

സൂര്യന്റെ കാര്യമൊന്നും മൈഥിലിയെ അറിയിക്കാൻ പറ്റിയ അവസ്ഥയായിരുന്നില്ല, എന്നിട്ടും എനിക്കവളെ കാണാൻ തോന്നി, അവളോടൊപ്പം കുറച്ചു നേരം ഇരിക്കണമെന്ന് തോന്നി.

പിറ്റേന്ന് ഞാൻ മൈഥിലിയെ കാണാൻ ചെന്നപ്പോൾ പതിവില്ലാതെ ഒരു സന്തോഷം അവളിൽ കാണാനുണ്ടായിരുന്നു, മാസങ്ങൾക്കു ശേഷം അവൾ നോർമലായപോലെ, ശാന്തയായി, സൗമ്യയായി.

എന്നെ കണ്ടപ്പോൾ അവൾ ഓടിവന്നെന്നെ കെട്ടിപ്പിടിച്ചു. പുതിയ കളിപ്പാട്ടം കണ്ട ഒരു കുട്ടിയുടെ ആഹ്ളാദം അവളുടെ മുഖത്തു കാണാനുണ്ടായിരുന്നു.

"അനു സൂര്യന്റെ പുതിയ പുസ്തകം നാളെ ഇറങ്ങും, പേരെന്താണെന്ന് അറിയാമോ!!?"

"പറ അനു, അറിയാമോ ?"

ഞാൻ ഇല്ല എന്ന് മെല്ലെ തലയാട്ടി.

അവൾ തിരിഞ്ഞ് ജനാലയിലൂടെ അസ്തമയ സൂര്യന്റെ ചോപ്പ് നോക്കി മെല്ലെ പറഞ്ഞു

"മൈഥിലി... മൈഥിലി...".

മൂന്നു മുത്തശ്ശിമാർ

"അല്ലേലും ഞാനിവ്ടെ അതികപ്പറ്റാ, വയസായാ പിന്നെ ആർക്കും വേണ്ട."

മുട്ട വിളക്കിന്റെ വെളിച്ചത്തിൽ പീടികത്തിണ്ണയിൽ കാൽ നീട്ടിയിരുന്ന് ദാക്ഷി വല്യമ്മ കണ്ണു തുടച്ചു.

മടിയിലെ മുറത്തിൽ മുറിച്ചിട്ട ബീഡിയിലകളും ഓരത്തു കൊച്ചു കുന കൂട്ടിയ പുകയിലത്തരികളും ഒന്നു വിറച്ചു.

"ഒന്നു മിണ്ടാണ്ടിരി ഓപ്പ്ളേ, അവളൊരു കതേം ഇല്ലാത്തോളാ, വായി വന്നത് കോതയ്ക്ക് പാട്ട്."

പീടികയിലെ തട്ടിനപ്പുറത്തെ അരണ്ട വെളിച്ചത്തിൽ നിന്ന് മാധവി പറഞ്ഞു.

"നെനക്കതു പറയാം, പെററ വയറല്ലേ, ഓൾടെ ഒരു കൊണവതിയാരം."

ദാക്ഷി വല്യമ്മ അടുത്തിരുന്ന നീല നൂലല്പം പൊട്ടിച്ച്, തെറുത്ത് അറ്റം മടക്കിയ ബീഡിയിൽ ചുറ്റി.

"ദാ വരണ് സർക്കീട്ടുകാരി.

തടഞ്ഞു വീഴണ്ട തള്ളേ, അവിടെ അപ്പിടി കല്ലും കുപ്പിക്കണ്ടോം ഒക്കെയാ"

ഇരുട്ടിലേയ്ക്കു നോക്കി മാധവി പറഞ്ഞു.

"എന്റേട്യേ ഞാനാ പെറ്റോട്ത്തൊന്നു പോയതാ, നീയാ വെളക്കിങ്ങോട്ടു കൊണ്ടാ ഞാനാ കൊളത്തിലൊന്നു മുങ്ങട്ടെ."

"തള്ളയ്ക്ക് പ്രാന്താ, നിങ്ങളോടാരാ ഇപ്പോ പെറ്റോട്ത്തേയ്ക്കെഴുന്നള്ളാമ്പ റഞ്ഞേ, അസമയത്ത് മുങ്ങി വല്ല നീരെളക്കോം വന്നാ പെണ്ണൊര്ത്തി യിവിടെ ഇത്തിരിയില്ലാത്ത കൊച്ചിനേം കൊണ്ട് പെടാപ്പാട് പെടും."

"ഓ നിന്റെ മകളെക്കണ്ടല്ലേ ബാക്കീള്ളോര് കഴീണേ, പോടീ."

നാണിത്തള്ള ചിറി കോട്ടി.

പീടികയുടെ നിരയിലിരുന്ന മുട്ട വിളക്കുമെടുത്ത് മാധവി അവരുടെ പിന്നാലെ ചെന്നു.

"തടഞ്ഞു വീഴണ്ട തള്ളേ.".

ഇത് അമ്പിളിയുടെ വീട്ടിലെ കാഴ്ചയാണ്.

അമ്പിളിയുടെ അമ്മ സരസുവിന്റെ അമ്മയാണ് മാധവി, ഭർത്താവും മക്കളുമില്ലാത്ത അവരുടെ ചേച്ചി ദാക്ഷായണിയും അമ്പിളിയുടെ അച്ഛമ്മ നാണിയുമൊക്കെ ഒരു വീട്ടിലാണ് താമസം.

ഇന്ന് പഞ്ചാരേടെ അസുഖമുള്ള ദാക്ഷി വല്യമ്മ ഒരു കഷ്ണം ശർക്കര കട്ടുതിന്നത് സരസു കണ്ട് "ന്റെ അമ്പിളീനെ നോക്കണേ ക്കാലും പൊന്നായാ ഞാനീ തള്ളാരെ നോക്കണെ. എന്നിട്ട് ആ വല്ല വിചാരോണ്ടോ, ഒരാന്തൊണയില്ലാണ്ട് ഞാങ്കെടന്നോടി പെടാപ്പാട് പെടണത് കാണാനാരുവില്ല" എന്നൊക്കെ പറഞ്ഞ് നെഞ്ചത്തടിച്ച താണ് അവരെ കരയിച്ചത്. അമ്പിളി കുഞ്ഞായിരുന്നപ്പോ മലമ്പനി വന്ന് മരിച്ചതാണ് അവളുടെ അച്ഛൻ.

സരസുവിനു കയറ്റാപ്പീസിലാണ് പണി. രാവിലെ ഒരു ചോറ്റുപാത്ര വുമായി ഇറങ്ങിയാൽ മടങ്ങാൻ അന്തിയാവും.

വീടിനടുത്തുള്ള പീടികയുടെ അരികിലൊരു പെട്ടിക്കടയുള്ളത് നാണിയും മാധവിയും കൂടി നോക്കും. പീടികത്തിണ്ണയിലിരുന്ന് ദാക്ഷായണി ബീഡി തെറുക്കും. പെട്ടിക്കടയിലും വലിയ കച്ചോടമൊ ന്നുമില്ല, പലതരം മിഠായികൾ, ഉപ്പിലിട്ടത്, മുറുക്കാൻ, ബീഡി, സോഡ അങ്ങനെ കുറച്ചു സാധനങ്ങൾ.

തെറുപ്പു ബീഡി പകുതിയും സരസു കാണാതെ മൂന്നാളും കൂടെ വലിച്ചു തീർക്കും.

ഉച്ചക്ക് പന്ത്രണ്ടു മണിയാകുമ്പോൾ കടയടച്ചു കഞ്ഞിയും കുടിച്ചു മൂന്നാളും കൂടെ മറപ്പുരക്ക് പിന്നിലെ മാഞ്ചുവട്ടിലേയ്ക്ക് അഞ്ചാറ് ബീഡി യുമെടുത്തു പോകും. അമ്പിളിക്ക് സ്കൂളിലാണ് ഉച്ചക്കഞ്ഞി. അതുകൊണ്ടാ രുടേയും ശല്യമില്ലാതെ ബീഡിയും വലിച്ചു പരദൂഷണം പറഞ്ഞിരിക്കാം.

പിന്നെ ഒന്നു മയങ്ങി നാലുമണിയാകുമ്പോൾ കട തുറന്നാൽ മതി.

ആ നേരമാകുമ്പോൾ മിഠായിയോ ഉപ്പിലിട്ടതോ ഒക്കെ മേടിക്കാൻ സ്കൂൾ വിട്ടു പോകുന്ന കുട്ടികൾ വരും.

പിന്നെ ഇടക്കൊക്കെ മുറുക്കാനോ ബീഡിയോ സോഡയോ ഒക്കെ ചോദിച്ചതാരെങ്കിലുമൊക്കെ വരും.

അതുകൊണ്ട് ഒരു എട്ടെട്ടരവരെ കടയും തുറന്നുവച്ച് മൂന്നാളുംകൂടെ വർത്തമാനം പറഞ്ഞിരിക്കും.

നാണിത്തള്ള ഇടക്ക് മകളുടെ വീട്ടിൽ വിരുന്നുപോകും.

ഒന്നോരണ്ടോ ദിവസമായിട്ടും മടങ്ങിയില്ലെങ്കിൽ ബാക്കിയുള്ള രണ്ടു തള്ളമാരുടെ മുറുമുറുപ്പ് മുഴുവൻ സരസു കേൾക്കണം.

"അല്ലേലും മോളെപ്പോലെ ആകുവോ മരുമോള്".

"അവക്ക് മോളെകണ്ടപ്പൊ വേറെ ആരേം വേണ്ടാതായി".

"മോടെ വീട്ടില് സുഖവാസം അല്ല്യോ..." എന്നൊക്കെ

സഹികെടുമ്പോൾ സരസുതന്നെ പോയി വിളിച്ചോണ്ട് വരും.

അല്ലെങ്കിൽ സരസുവിന്റെ നാത്തൂൻ ശാന്ത അമ്മയേയും കൊണ്ടുവരും.

പോകും മുമ്പേ സരസൂനോട് പറയും, "നാത്തൂനെ സമ്മതിക്കണം ഈ മൂന്നെണ്ണത്തിനേം സഹിക്കുന്നേന്, ഒന്നിനെ രണ്ടുസം കൊണ്ടുപോയപ്പൊത്തന്നെ എനിക്ക് പ്രാന്തായി.

എല്ലാം ഞാൻ വച്ചൊണ്ടാക്കി കൊടുത്തേച്ചാണ് ചെമ്മീൻ കിള്ളാൻ പോണേ, എന്നാലും രണ്ടാം ദിവസം കുറ്റം തുടങ്ങും. ഉപ്പില്ല, എരിവില്ല, പുളി കൂടി...

തിരിച്ചുപോരാനുള്ള അടവാണ്."

അത് കേക്കുമ്പോൾ നാണിത്തള്ള കണ്ണിറുക്കി ചിരിക്കും.

ഇടക്ക് മാധവിയമ്മ വീണു കാലൊടിഞ്ഞു കിടന്നപ്പോൾ ബാക്കിയുള്ള രണ്ടു മുത്തശ്ശിമാരായിരുന്നു അവരെ കുളിപ്പിക്കലും, മുണ്ടുമാറ്റലും ആഹാരംകൊടുക്കലുമൊക്കെ.

എന്നാലും ചിലനേരം മൂന്നും കൂടി വഴക്കിട്ടു മൂന്നുദിക്കിൽ നോക്കിയിരിക്കും.

ദാക്ഷി വല്യമ്മയ്ക്ക് പുറപ്പെട്ടുപോകുന്ന പതിവുണ്ട്, വല്യ

പിണക്കക്കാരിയാണ്.

ഇടയ്ക്ക് ആരോടെങ്കിലും വഴക്കിട്ട് മുണ്ടും ജമ്പറും തോർത്തുമൊക്കെ ഭാണ്ഡം കെട്ടിയിറങ്ങും.

അന്തിയാകുമ്പോൾ വല്ല ആൽത്തറയിലോ ബസ്സ്റ്റോപ്പിലോ നിന്ന് അമ്പിളിപോയി വിളിച്ചോണ്ടുവരണം. ഇരുട്ടു വീഴും മുന്നേ ചെന്നു വിളിച്ചാലൊന്നും ആളു വരില്ല.

പഞ്ചാരേടെ സൂക്കേടൊള്ളതുകൊണ്ട് അയലത്തുനിന്നു കൊണ്ടു വന്ന പായസം കൊടുത്തില്ല എന്നതായിരുന്നു അന്നത്തെ പിണക്കത്തിന്റെ കാരണം. 'നീ കുടിക്കാത്തപ്പോൾ ഞങ്ങക്കും വേണ്ടടിയെ' എന്ന് പറഞ്ഞെങ്കിലും പാത്രം തുറന്നു പായസത്തിന്റെ മണമൊക്കെ വന്നപ്പോൾ പറഞ്ഞതൊക്കെ മറന്നു ബാക്കിയുള്ള രണ്ടുതള്ളമാരും വയറു നിറച്ചു പായസം കുടിക്കുകയും ചെയ്തു. അതുകൂടെ കണ്ടപ്പോൾ ആളുടെ പിണക്കം ഇരട്ടിയായി.

'എനിക്കാരുമില്ലേ, എന്നെയാർക്കും വേണ്ടേ...' എന്നൊക്കെപ്പറഞ്ഞു കെട്ടിപ്പെറുക്കി ഇറങ്ങിയതാണ്.

പതിവുപോലെ സന്ധ്യാവിളക്കു തെളിയിക്കാറായപ്പോൾ അമ്പിളി തിരക്കിയിറങ്ങി, അമ്പലപ്പറമ്പിലും, ആലിൻചുവട്ടിലുമൊന്നും കാണാതെ ബസ്സ്റ്റോപ്പിലും അയലത്തുമൊക്കെ തിരക്കി.ദാക്ഷി വല്യമ്മ എങ്ങുമില്ല, ആരും കണ്ടിട്ടുമില്ല.

അമ്പിളി പിന്നെ റേഷൻകടയുടെ അടുത്തും അടുത്തുള്ള കടത്തിണ്ണയിലുമൊക്കെ തിരഞ്ഞു. അവിടെയുമില്ല.

പിള്ളേരെ പിടിച്ചുകൊണ്ടു പോകുന്ന ഭിക്ഷക്കാരെപ്പറ്റി അമ്പിളി കേട്ടിട്ടുണ്ട്, ഭിക്ഷക്കാരുടെ കൂടെ കുട്ടികളെ മാത്രമല്ല വയസ്സായവരെയും കണ്ടിട്ടുണ്ട്. ഇനി അങ്ങനെ ആരെങ്കിലും വല്യമ്മയെ പിടിച്ചോണ്ടുപോയതാകുമോ. നേരം വൈകുംതോറും അമ്പിളിക്ക് പേടിയായി, കരച്ചിൽ വന്നു.

കരഞ്ഞുകൊണ്ട് അവൾ വീട്ടിലേയ്ക്കുമടങ്ങി.

രാമേശ്വരത്തെങ്ങാനും പോയി ബാക്കി കാലം കഴിക്കണം എന്നു പറഞ്ഞാണ് ഇറങ്ങിപ്പോയത്. ഇനി വല്ല ബസ്സിലും കേറി എങ്ങോട്ടെങ്കിലും പോയിക്കാണുവോ? ദിക്കും ദൂരവുമൊന്നുമറിയാത്ത തള്ളയാണ്. പലയിടത്തും തിരക്കി ഓടി നടന്നു മടങ്ങിയ സരസുവിനും ആധിയായി. ബാക്കിയുള്ള രണ്ടു തള്ളമാരും മിണ്ടാട്ടമില്ലാതെ ഇരിപ്പാണ്.

നേരം നന്നായി ഇരുട്ടി.

വിളക്കുപോലും തെളിയ്ക്കാതെ എന്തുചെയ്യണമെന്നറിയാതെ നാലാളും തിണ്ണയിൽ ഇരിപ്പതന്നെ.

അപ്പോളതാ നെറ്റിയിൽ ഒരുകെട്ടുമായി കാലു മുടന്തി മുടന്തി ദാ വരുന്നു ആള്, പിന്നാലെ ഭാണ്ഡം സൈക്കിളിനു പിന്നിൽ വച്ചുതള്ളി പേടിച്ചു പേടിച്ച്, നിക്കറിട്ട ഒരു പയ്യനും.

"എടിയേ, എന്നെ സൈക്കിളു മുട്ടിയെടീ..."

ദാക്ഷി വല്യമ്മ പിണങ്ങിപ്പോയപോക്കിൽ പലചരക്കുകടയിൽ പോയ ചെക്കന്റെ സൈക്കിളിനു മുന്നിൽ അറിയാതെ ചെന്നു ചാടിയതാണ്. സൈക്കിളുമുട്ടി റോഡിൽ വീണു നെറ്റി മുറിഞ്ഞു, കാൽ മുട്ടിലെ തൊലിയും പോയി. വല്യമ്മയുടെ കരച്ചിലും ബഹളവും കണ്ടു പേടിച്ച ചെക്കൻ സർക്കാരാസ്പത്രിയിൽ കൊണ്ടുപോയി മരുന്നും വച്ച് വരുന്ന വഴിയാണ്.

"എന്നിട്ടും തള്ള ചത്തില്ല", ദാക്ഷി വല്യമ്മയുടെ കൈപിടിച്ചു നാണിത്തള്ള ഉറക്കെ ചിരിച്ചു കൂടെ ബാക്കിയുള്ളവരും.

അടയാളങ്ങൾ

"നിക്കണ്ട അബൂട്ട്യേ, കൊട്ടക്കണില്ല. ഇത്തിരി മരപ്പൊടി ഒരു പ്ലാസ്റ്റിക് കവറിൽ ഇട്ട ദാഹശമനി എന്ന പേരും ഒട്ടിച്ച കിട്ടണേൽ ഉറുപ്പ പത്തു കൊട്ടക്കണം. നല്ല ഒന്നാന്തരം പതിമുഖം, മൂത്ത മരം, നല്ല തടിയും, അതിനു നൂറു റുപ്യ". വായിലെ മുറുക്കാൻ മുറ്റത്തെ കമ്മൽച്ചെടിയിലേയ്ക്ക് തുപ്പി രാഘവൻ നായർ അകത്തേയ്ക്കു പോയി. നിന്നിട്ടു കാര്യമില്ല എന്ന് തോന്നിയിട്ടാവും അൽപ്പനേരം കൂടി തലചൊറിഞ്ഞു നിന്ന് അബൂട്ടിക്ക മടങ്ങിപ്പോയി. അബൂട്ടിക്കക്കു പണ്ടുതൊട്ടേ മരക്കച്ചവടമാണ്. തൊടിയിൽ പലയിടത്തായി ബാക്കിയായ മരക്കുറ്റികളിലേയ്ക്കും, പിഴുതിട്ട വേരുകളിലേയ്ക്കും പ്രഭ കണ്ണോടിച്ചു.

തണൽ വിരിച്ച എത്ര മരങ്ങളുണ്ടായിരുന്ന പറമ്പാണ്. പടിഞ്ഞാറേ പറമ്പിലെ പുളിയന്മാവിന്റെ ചുവട്ടിലിരുന്നാണ് പണ്ട് പ്രഭയുടെ അമ്മയും, വള്ളീമ്മ എന്നവൾ വിളിയ്ക്കുന്ന വല്യമ്മയുമൊക്കെ ഓലമെടഞ്ഞിരുന്നത്, പ്രഭയും കൂടെ കൂട്ടും ഓലമെടയാൻ. പ്രീജ അന്ന് കുഞ്ഞാണ്, അവൾ മാഞ്ചുവട്ടിലിരുന്നു മണ്ണുവാരിക്കളിക്കയാവും.

തൊണ്ടുതല്ലാനും, ഓലമെടയാനും, കൊയ്യാനും, പറമ്പിലെ പണിയ്ക്കുമൊക്കെ അന്നൊക്കെ അമ്മയോടൊപ്പം പ്രഭയും വരാറുണ്ടായിരുന്നു.

അന്നത്തെ തണലും തണുപ്പുമൊന്നും ഇപ്പോളില്ല. പറമ്പിൽ അവിടവിടെയായി വളർന്ന പാഴ്ച്ചെടികളാണ് അധികവും.

വലിയ തൊടിയും പശുവുമൊന്നും പരിചയമില്ലാത്ത കിച്ചുവും കാന്തിയും വന്നപ്പോൾ തൊട്ടു പറമ്പിലാകെ കറങ്ങി നടപ്പാണ്.

"കുട്ട്യോളേ ...നോക്കി..., ആ കരിയില കൂടിക്കിടക്കണോട്ടത്തൊക്കെ വല്ല ഇഴവലും കാണും". പോകുന്ന പോക്കിൽ അദ്ദേഹം കുട്ടികളോടായി പറഞ്ഞു.

"കുട്ട്യോൾക്ക് ഇഷ്ടാകുവോന്നറിയില്ല ബിസ്കറ്റും റസ്കും ഒന്നുമില്ല അവർക്കുകൊടുക്കാൻ, അതൊക്കെ മേടിച്ചിട്ടിപ്പോ ഇവിടെ ആർക്കു തിന്നാനാ ?", അവില് നനച്ചതിനുമേൽ പഴം നുറുക്കിയിട്ടതും ചായയും മേശപ്പുറത്തുവച്ച് കുട്ടിയമ്മ മുഖം തുടച്ചു.

"ഇതൊന്നും വേണ്ടായിരുന്നു, അമ്മയ്ക്ക് വെറുതെ കഷ്ടപ്പാട്."

"എന്ത് കഷ്ടപ്പാട് കുട്ടീ ? ഇവിടെ അങ്ങനെ ആരും വരാറൊന്നൂല്ല, വരണോന്നും കാണണോന്നും കുട്ടിയ്ക്കെങ്കിലും തോന്നിയല്ലോ."

"സേതുവേട്ടൻ വന്നിട്ടിപ്പോ ...?"

"നാലു കൊല്ലായി, അമേരിക്കേന്ന് ഓടിപ്പിടിച്ചു വരാവുന്ന ദൂരവല്ല ല്ലോ, വല്ലപ്പോഴും ഫോണിൽ കൂടെ കാണാം സേതുവിനേം, രാജിയേം മക്കളേം."

സന്തോഷത്തോടെ അവലും പഴവും കഴിക്കുന്ന കിച്ചുവിനെയും കാന്തിയേയും നോക്കി കണ്ണിലെ നനവ് അമർത്തിത്തുടച്ച് അവർ ചിരിക്കാൻ ശ്രമിച്ചു.

"ഈ മോനേക്കാൾ അൽപ്പം ഇളപ്പം കാണും സേതുവിൻറെ മോൾക്ക്, മോന് ഇപ്പോൾ രണ്ടുവയസ്സാവുന്നു."

നേരം വൈകിയതുകൊണ്ടാവും, തിരഞ്ഞുവന്ന പ്രീജയുടെകൂടെ മക്കളെ പറഞ്ഞുവിട്ട് പ്രഭ വെറുതേ നടക്കാനിറങ്ങി.

കൃഷിയിറക്കാതെ വരണ്ടുപോയ പാടത്തവിടവിടെയായി കുറ്റിവച്ച് പശുക്കളെ കെട്ടിയിട്ടുണ്ട്. പണ്ടൊക്കെ മുടങ്ങാതെ കൃഷിയിറക്കിയിരു ന്നതാണ്. പാടത്തിനപ്പുറം വള്ളീമ്മേടെ കൂര നിന്നിടത്ത് വാർത്തൊരു വീട്, അതിന്റെ മുറ്റത്തു തട്ടമിട്ട രണ്ടു പെൺകുട്ടികളിരുന്നു കളിയ്ക്കുന്നുണ്ട്. വള്ളീമ്മ മരിച്ചിട്ട് കൊല്ലം അഞ്ചാറായി.

വള്ളീമ്മയുടെ വീടിനു പിന്നിലെ കയറ്റം കയറുന്നിടത്തു പണ്ടൊരു ഷാപ്പുണ്ടായിരുന്നു. ഇന്നവിടമൊക്കെ നിറയെ വാഴക്കന്നുകൾ വളർന്നു നിൽക്കുന്നു.

പ്രഭ പാടം ചുറ്റി അമ്പലത്തിനു പിന്നിലെ ഇടവഴിയിലൂടെ മുകളി ലേയ്ക്കുനടന്നു. ഇന്ന് പൂഴിവിരിച്ച വഴി പണ്ട് മണൽവഴിയായിരുന്നു. ആരൊക്കെയോ നടന്നു തെളിച്ച വഴി. വഴിക്കിരുവശവും നിറയെ തൊട്ടാവാടികൾ പൂത്തുനിൽക്കും. പിന്നെ എള്ളും, എരിക്കും ചുണ്ട യുമൊക്കെ നിറയെ. അന്നാ വഴിയരികിൽ അത്ര വീടുകളൊന്നുമില്ല. വിളിച്ചാൽ കേൾക്കാത്ത ദൂരത്തിൽ രണ്ടുമൂന്നെണ്ണം മാത്രം. ചിറ്റമ്മതിൻ

വള്ളികൾ പടർന്ന പാതിപൊളിഞ്ഞ മതിലിനപ്പുറം ആരും നോക്കാനില്ലാതെ പണി പാതിയിട്ട ഒരു കെട്ടിടം. സേതുവേട്ടന്റെ അമ്മാവന്റെ വീടായിരുന്നു. അവിവാഹിതനായിരുന്ന അദ്ദേഹം, അകാലത്തിൽ മുങ്ങിമരിച്ചുപോയി. പിന്നെ ആ വീടിന്റെ പണി പൂർണ്ണമായില്ല.

ആരും നോക്കാത്ത, കയറിവരാത്ത ആ വീടായിരുന്നു അന്നൊക്കെ അവളുടെയും സേതുവിന്റെയും പ്രിയപ്പെട്ടയിടം.

പായലുപിടിച്ച പടിക്കെട്ടിലിരുന്ന സേതു കവിതകൾ ചൊല്ലും, അല്ലെങ്കിൽ വായിച്ച പുസ്തകത്തിലെ കഥകൾ പറയും.

പതിനാലാം വയസ്സുമുതൽ പ്രണയിച്ചതാണ് സേതുവേട്ടനെ. സേതുവേട്ടൻ അന്ന് കോളേജിലാണ്.

അന്നൊക്കെ കരുതിയിരുന്നത് സേതുവേട്ടനും അങ്ങനെതന്നെയാവുമെന്നായിരുന്നു. ഒരു പണിക്കാരിയുടെ മകളോട് തോന്നിയ പ്രായത്തിന്റെ ഒരു കൗതുകം എന്നതിനപ്പുറം ഒന്നുമുണ്ടായിരുന്നില്ല എന്നറിഞ്ഞത് വൈകിയാണ്.

പരാതിപ്പെടാൻ പോലും ധൈര്യമുണ്ടായില്ല. അല്ലെങ്കിലും അർഹതയില്ലാത്ത ഒന്ന് ആഗ്രഹിച്ചുപോയതിന് ആരെപ്പഴിയ്ക്കാൻ?

പിന്നീട് ആ വീടിന്റെ പണി പൂർണ്ണമാക്കി വാടകയ്ക്കുകൊടുത്തത് സേതുവേട്ടനാണ്. ഇന്നവിടെ പുതിയ കൃഷിയാഫീസറും കുടുംബവുമാണ് താമസമെന്നു സേതുവേട്ടന്റെ അമ്മ പറഞ്ഞിരുന്നു.

ആ വീടിനു പിന്നിലൂടെ കാവിലേക്കുള്ള വഴിയ്ക്ക് ഇപ്പോഴും മാറ്റമൊന്നുമില്ല. നക്ഷത്രമുല്ലയും കാട്ടുപുല്ലാനിയും തേൻ പൂവള്ളിയും പടർന്നു ചുറ്റിയ മരങ്ങൾ.

ഇലഞ്ഞിച്ചുവട്ടിൽ പൊളിഞ്ഞുപോയ കോവിലിനുള്ളിലെ ദേവീശില.

ആരോ വാതിൽക്കൽ വച്ചുപോയ സിന്ദൂരം കുതിർന്ന പടികൾ നിറയെ കരിഞ്ഞ പൂവിതളുകൾ.

മോഹസാഫല്യത്തിനായി ആരെങ്കിലും വന്നു പ്രാർത്ഥിച്ചുപോയതാവാം, സഫലമായിക്കാണുമോ ആ പ്രാർത്ഥനകൾ?

ആകെയുണ്ടായിരുന്ന ഒരുണ്ണി വിഷംതീണ്ടി മരിച്ച സങ്കടത്തിൽ പണ്ടെന്നോ ഒരു ആത്തേമ്മാര് ആ പടിക്കെട്ടിൽ തലതല്ലി മരിച്ചെന്നും അന്നു നിർത്തിയതാണ് പൂജയെന്നും പറഞ്ഞുകേട്ടിട്ടുണ്ട്.

എന്നിട്ടും വരും ഇന്നും പലരും കാര്യസാധ്യത്തിനായി നടയ്ക്കൽ പൂവും സിന്ദൂരവും വച്ച് പ്രാർത്ഥിച്ചുപോവാൻ.

പ്രഭയും സേതുവിനെക്കിട്ടാൻവേണ്ടി തെച്ചിമാലകെട്ടി നടയ്ക്കൽ വച്ച് കാത്തിരുന്നിട്ടുണ്ട് ഒരുപാടുനാൾ.

അവസാനമായി വന്നത് സേതുവും രാജിയുമായുള്ള വിവാഹനാളായിരുന്നു. ആ വിവാഹം മുടങ്ങിപ്പോണേ എന്ന് പ്രാർത്ഥിയ്ക്കാൻ. ഒന്നിച്ചു പഠിച്ച അവർ വർഷങ്ങളായി പ്രണയത്തിലായിരുന്നു എന്നറിഞ്ഞിട്ടും, ആഗ്രഹിയ്ക്കുന്നതുപോലും വിഡ്ഢിത്തമാണ് എന്നറിഞ്ഞിട്ടും, പ്രാർത്ഥിച്ചു, വിഫലമായിപ്പോയ ഒരു പ്രാർത്ഥനകൂടി.

അതിനുശേഷം ഇന്നാണ്.

പാഴ്ച്ചെടികൾ നിറഞ്ഞ കിണറിനുപിന്നിലായി തെച്ചിയിൽ ഇന്നും നിറയെ പൂക്കളുണ്ട്.

അടുത്തുനിന്ന തൈത്തെങ്ങിൽനിന്നും ഒരു നാരുകീറി ഒരു കുലപ്പൂവുമായി നിലത്തു പടർന്ന കറുകമേലിരുന്നു പ്രഭ മാലകെട്ടാൻ തുടങ്ങി.

ശൂന്യമായൊരു മനസ്സോടെ നടയ്ക്കൽ വച്ച് മടങ്ങാനായി.

ദേബ്യ മാ

മുത്തശ്ശിയുടെ പഴയ പെട്ടി തപ്പക മാളവികയുടെ പ്രിയപ്പെട്ട വിനോദങ്ങളിലൊന്നാണ്. മുത്തശ്ശിയുടെ പെട്ടിയും അലമാരയുമൊക്കെ തപ്പിക്കഴിയുമ്പോൾ വിരൽത്തുമ്പിൽ ചീരുമാമ്മ കൊണ്ടുവരാറുള്ള കൈതപ്പൂവിന്റെ മണമാവും.

അങ്ങനെയൊരു ദിവസമാണ് പഴകി മങ്ങി അരികുകൾ പൊടിഞ്ഞ ഒരു ഫോട്ടോ അവളുടെ കൈയ്യിൽ വന്നു പെട്ടത്. വെള്ള സാരി പുതച്ച് തല മൊട്ടയടിച്ച ഒരു പെണ്ണ്.

“ഇതാരാ മുത്തശ്ശീ ?”

“അത് ദേവ്യന്റെ പഴയ പടമാ കുട്ടീ, കൊറേക്കൊല്ലം പഴയതാ, കീറിക്കളയല്ലേ അത്.”

മാളവിക ഏറെ കൗതുകത്തോടെ ആ ഫോട്ടോ തിരിച്ചും മറിച്ചും നോക്കി, പഴക്കംകൊണ്ട് മങ്ങിത്തുടങ്ങിയിട്ടുണ്ട്, അതിനു പിന്നിൽ എന്തൊക്കെയോ കുറിച്ചത് മാഞ്ഞുപോയിരിക്കുന്നു.

പൂർണ്ണാ ദേബി എന്ന അവളുടെ ദേബ്യമാ. അങ്ങനെ വിളിക്കാൻ മാളവികയെ പഠിപ്പിച്ചതും അവർ തന്നെയായിരുന്നു. അവൾ കുഞ്ഞുന്നാൾ മുതൽ കാണുന്ന രൂപം നിറയെ മുടിയുള്ള, മുണ്ടും നേര്യതും ഭസ്മക്കുറിയും ഇട്ട ദേബ്യമായെ ആണ്. ദേവ്യ എന്നു മുത്തശ്ശി സ്നേഹപൂർവ്വം വിളിക്കുന്ന ദേബ്യമാ.

“ഇതെപ്പോളാ ദേബ്യമാ മൊട്ടയടിച്ചേ? പളനിക്ക് പോയപ്പളാ?”

“ആ, അതവിടെ വച്ച് കുട്ടി പോയി കളിച്ചേ.“

മാളവിക പുറത്തേയ്ക്കുപോയപ്പോൾ അവളുടെ മുത്തശ്ശിയായ ഗൗരീ ഭായിയുടെ ഓർമ്മകൾ പത്തുനാല്പത്തഞ്ചു കൊല്ലം പിന്നിലേയ്ക്കുപോയി. എന്തോ ഓർത്ത് അവർ ഒരു നിമിഷം നിന്നു, നനഞ്ഞ കണ്ണു തുടച്ച് ഫോട്ടോ പെട്ടിയ്ക്കുള്ളിൽ തിരികെ വച്ചു കട്ടിലിലിരുന്നു.

തെക്കിനിയിൽ ദേവുവുണ്ട്, അധികം നീളില്ലെന്നാ ഡോക്ടറ് പറഞ്ഞത്, അറിയിയ്ക്കാൻ ആരെങ്കിലുമുണ്ടെങ്കിൽ അറിയിച്ചോളാൻ. ആരെ അറിയിയ്ക്കാൻ ? അവരൊന്നും നിശ്വസിച്ചു.

ഓപ്പ്ളെ എന്നുവിളിച്ചു പിന്നാലെ നടന്ന രാമു എന്നാണ് അച്ഛന്റേയും അമ്മാവന്റേയുമൊക്കെ കണ്ണിലെ കരടായ നിഷേധിയായി മാറിയതെന്ന് ഓർമ്മയില്ല. അവന്റെ ശരികളൊന്നും അവന്റെ ഓപ്പോൾക്കല്ലാതെ വേറാർക്കും മനസ്സിലായതുമില്ല. അങ്ങനെ വഴക്കിട്ടു പുറപ്പെട്ടുപോയവൻ പിന്നെ മടങ്ങിയത് കൊല്ലങ്ങൾ കഴിഞ്ഞാണ്. പട്ടാളത്തിൽ ചേർന്നെന്നും ലീവിനു വന്നതാണെന്നും പറഞ്ഞു. അതോടെ അച്ഛനും അമ്മാവനും വീണ്ടും ഇടഞ്ഞു. രാമു കുറച്ചു ദിവസങ്ങൾ കഴിഞ്ഞു മടങ്ങുകയും ചെയ്തു.

പിന്നെ വന്നത് രണ്ടുകൊല്ലം കഴിഞ്ഞാണ്. ദേവു ഉണ്ടായിരുന്നുകൂടെ. തലമൊട്ടയടിച്ച, വെള്ളയുടുത്ത വെളുത്തു കൊലുന്നനെയുള്ളൊരു പെണ്ണ്. കാണാൻ ചന്തമുള്ള മുഖത്ത് പേടിയും നനവും ഒളിപ്പിച്ച വലിയ കണ്ണുകൾ.

ഒരു യാത്രയ്ക്കിടയിൽ രാമു കണ്ടെത്തിയതാണ് കാളീഘട്ടിൽ ഉപേക്ഷിയ്ക്കപ്പെട്ട വിധവയായ ദേവുവിനെ.

ഒരു മകൾ ഉണ്ടായിരുന്നു ദേവുവിനെന്നാണ് രാമു പറഞ്ഞത് 'ദേബജ്യോതി', അവളെ ഭർത്താവിന്റെ മരണശേഷം അയാളുടെ വീട്ടുകാർ ഏറ്റെടുത്തു.

അവിടെ ഒരു പെൺകുട്ടി വിധവയായാൽ പിന്നെ സ്വന്തം വീട്ടിലോ ഭർതൃഗൃഹത്തിലോ സ്ഥാനമുണ്ടാവില്ലെന്ന്. മക്കളെ കാണാനോ താലോലിയ്ക്കാനോ അനുവാദമില്ലെന്ന്.

ഒന്നുകിൽ അവൾ ആത്മഹത്യ ചെയ്യണം, അല്ലെങ്കിൽ ക്ഷേത്രത്തിൽ ഭജനവുമായി കഴിച്ചുകൂട്ടണം, ഇനി അതുമല്ലെങ്കിൽ വേശ്യയായി ജീവിയ്ക്കാം.

വലിയ കോലാഹലമായിരുന്നു അന്നു തറവാട്ടിൽ.

രാമുവിനെ തറവാട്ടിൽ കയറ്റിയില്ല,

mHoshi

വിധവയായ ഒരു പെണ്ണിനെ കൂട്ടിക്കൊണ്ടുവന്ന് തറവാടിന് മാന ക്കേടുണ്ടാക്കിയ താന്തോന്നിയെ എന്നേയ്ക്കുമായി പടിയിറക്കി. പിന്നെ ദേവൂവിന്റെ കൈയ്യുംപിടിച്ച് അവൻ നേരെ വന്നതങ്ങോട്ടാണ്.

"ഉപേക്ഷിച്ചു പോരാൻ തോന്നിയില്ല ഓപ്പ്ളെ, ഇനിയൊക്കെ എന്റെ ഓപ്പ്ൾടെ കയ്യിലാ." ദേവൂവിനെ വിശ്വസിച്ചേൽപ്പിച്ചുപോവാൻ അവന് അവന്റെ ഓപ്പോളേ ഉണ്ടായിരുന്നുള്ളൂ.

സ്നേഹത്തിനു ഭാഷയോ ദേശമോ അതിരുകളോ ഇല്ലെന്ന്, രക്ത ബന്ധത്തിന്റേയോ, സാമൂഹികമായി കല്പിച്ചുതന്ന ബന്ധങ്ങളുടെയോ പിൻബലം ആവശ്യമില്ലെന്ന് പലർക്കും മനസ്സിലാക്കിക്കൊടുത്തത് ബംഗാളിലെ ഏതോ ഗ്രാമത്തിൽ ജനിച്ചുവളർന്ന, എഴുത്തും വായനയു മറിയാത്ത കളങ്കമറിയാത്ത ആ പെൺകുട്ടിയായിരുന്നു.

തിരിച്ചറിവു വന്നപ്പോളേക്കും പലതും തിരിച്ചുകിട്ടാനാവാത്തവിധം നഷ്ടപ്പെട്ടുപോയിരുന്നു എന്നുമാത്രം.

ഭാഷയറിയാത്ത, നാട്ടും രീതികളുമറിയാത്ത പാവം പെണ്ണ് അങ്ങനെ അവിടുത്തെ ഒരംഗമായിമാറി. ഭാഷ പഠിച്ചു. സ്നേഹത്തിന്റെ പാഠങ്ങൾ ചുറ്റുമുള്ളവർക്കു പകർന്നു നൽകി.

പക്ഷേ വിശ്വസിച്ചേൽപ്പിച്ചുപോയയാൾ പിന്നീട് മടങ്ങിവന്നില്ല. മരണപ്പെട്ടു എന്നൊരു കമ്പിസന്ദേശം മാത്രം എത്തി.

എന്നിട്ടും ദേവൂവിനെ ഉപേക്ഷിച്ചില്ല, ഉപേക്ഷിയ്ക്കാൻ ആരും നിർ ബന്ധിച്ചുമില്ല, വാശിയുടേയും ദേഷ്യത്തിന്റേയും കനലുകളൊക്കെ ആ ടെലഗ്രാമിലെ ഒറ്റവരിയിൽ അണഞ്ഞുപോയിരുന്നു.

കൊല്ലമെത്ര കഴിഞ്ഞു.

മാളവികയുടെ അച്ഛനും അപ്പച്ചി ജയയും പിന്നെ തറവാട്ടിലെ മറ്റുകുട്ടി കളും മാളവികയുമൊക്കെ വളർന്നത് ദേവൂവിന്റെ നെഞ്ചിൽകിടന്നാണ്.

"അമ്മയെ തെക്കിനിയിൽ അന്വേഷിയ്ക്കുന്നുണ്ട്." ജയയുടെ ശബ്ദമാണ് ഗൗരീഭായിയെ ഓർമ്മകളിൽ നിന്നുണർത്തിയത്.

"നേരമായി അല്ലേ കുട്ടീ?"

തെക്കിനിയിൽ നിന്നും നിലവിളികൾ കേൾക്കുന്നുണ്ട്. അവർ അങ്ങോട്ടു നടന്നു.

കിണ്ടിയിലെ വെള്ളത്തിൽനിന്നൊരു തുളസിത്തലപ്പെടുത്ത് മാളവിക അവളുടെ ദേബ്യമായുടെ നാവിലേക്കിറ്റിച്ചു.

അടഞ്ഞുപോയ കണ്ണുകൾ ആയാസപ്പെട്ടുതുറന്ന ദേവുവിന്റെ കണ്ണുകൾ ഒരുനിമിഷം അവളുടെ മുഖത്തുടക്കി.

"ജ്യോതീ", തളർന്ന നാവിൽ നിന്നും അവസാനമായി ഉയർന്ന വാക്കിനൊപ്പം മാളവികയുടെ കവിളിൽ തൊടാനാഞ്ഞ വലംകൈ ഊർന്നുവീണു.

മുറിവുകൾ

മുഖമടച്ചൊരടിയായിരുന്നു മധുവിധുവിന്റെ മധുരമെല്ലാം അലിയിച്ചു കളഞ്ഞത്. വികാസിന്റെ ദേഷ്യംകൊണ്ടു ചുവന്ന മുഖം നോക്കി കാര്യമെന്തെന്നു ചോദിയ്ക്കാൻപോലുമാവാതെ കമല നിന്നു വിറച്ചു.

"നിന്റെ കാമുകനെ വിളിച്ചു വരുത്താനായിരുന്നെങ്കിൽ നിനക്ക് അവന്റെ കൂടെ സർക്കീട്ടുപോയാൽ പോരായിരുന്നോടീ" അവൻ പല്ലിറുമ്മി.

ആദ്യം "കാമുകനോ !!!" എന്ന് മനസ്സിലാവാതെ നിന്നെങ്കിലും പതുക്കെ അവൾക്കു കാര്യം മനസ്സിലായി.

ഊട്ടിയിലെ തണുപ്പിൽ വികാസിന്റെ കയ്യും പിടിച്ച് ആവിയിൽ വെന്ത ചോളവും കടിച്ചു സന്തോഷത്തോടെയാണ് ഹോട്ടലിലേക്ക് മടങ്ങിയത്. ലോബിയിൽ വച്ചാണ് കൂടെ പഠിച്ചിരുന്ന ജൈസിനെയും ടോണിയേയും കണ്ടത്. സന്തോഷത്തോടെ ഓടിവന്നു വിശേഷങ്ങൾ തിരക്കിയപ്പോൾ മറുപടി പറഞ്ഞു എന്നല്ലാതെ വികാസിന് ദേഷ്യംപിടിയ്ക്കാൻ മാത്രമൊന്നും ഉണ്ടായില്ല.

അവരെ പരിചയപ്പെടുത്തിയപ്പോൾ സന്തോഷത്തോടെ ചിരിച്ചു കൈകൊടുത്തു സംസാരിച്ച ആൾ റൂമിൽക്കയറി വാതിലടച്ച ഉടനെ ഇങ്ങനെ പ്രതികരിയ്ക്കുമെന്നു കമല പ്രതീക്ഷിച്ചുമില്ല.

വികാസിനു സ്വന്തമായി ഒരു ബേക്കറിയുണ്ട് ടൗണിൽ, സാമ്പത്തീകമായി കമലയേക്കാൾ വളരെ ഉയർന്ന നിലയിലാണ് വികാസും വീട്ടുകാരും. മതമൊന്നാണെങ്കിലും ജാതി വേറേയായതിന്റെ പ്രശ്നം വേറെ. അതുകൊണ്ടാണ് പഠനവും വീടുമെല്ലാം ഉപേക്ഷിച്ച് അവന്റെ കൂടെ ഇറങ്ങിപ്പോന്നത്.

mfoshi.

കമലയുമായുള്ള ഇഷ്ടത്തിന്റെ പേരിൽ വഴക്കിട്ട് വീട്ടിൽ നിന്നിറങ്ങി വാടക വീടെടുത്തു താമസമായിരുന്ന അവൻ കുറച്ചുനാളായി.

പ്രണയിച്ചിരുന്ന സമയത്തു പോലും പരിചയക്കാരാണെങ്കിൽപ്പോലും മറ്റു പുരുഷന്മാരോട് കമല സംസാരിക്കുന്നത് അവനത്ര ഇഷ്ടമായിരുന്നില്ല, ഏതെങ്കിലും സാഹചര്യം കൊണ്ട് കമല ഫോൺ എടുക്കാതിരുന്നാലോ, ഫോൺ എടുക്കാൻ അൽപ്പം താമസിച്ചാലോ അവൻ വല്ലാതെ അസ്വസ്ഥനാവും.

പിണങ്ങിയിരിക്കുമെന്നല്ലാതെ ഉപദ്രവിച്ചിട്ടില്ല ഇന്നുവരെ. പ്രണയ ലഹരിയിൽ അതെല്ലാം സ്നേഹത്തിന്റെ സ്വാർത്ഥത എന്നുകരുതി ആസ്വദിച്ചിട്ടേയുള്ളൂ കമല.

ഒരു ഡിഗ്രി പോലുമില്ലാതെ സ്വന്തം കാലിൽ നില്ക്കാൻ പ്രാപ്തിയില്ലാതെ വിവാഹിതയാവുന്നത് അവൾക്കത്ര താൽപ്പര്യവുമില്ലായിരുന്നു. വികാസിന്റെ നിർബന്ധംകൊണ്ട് ഇറങ്ങിപ്പോന്നതാണ്.

അൽപ്പനേരം കഴിഞ്ഞപ്പോൾ വികാസ് ശാന്തനായി. മുറിയുടെ മൂലയ്ക്കിരുന്നു നിലവിളിച്ചുകൊണ്ടിരുന്ന കമലയെ മുറുകെ കെട്ടിപ്പിടിച്ചും ഉമ്മവച്ചും ആശ്വസിപ്പിച്ച് അവളോടു ക്ഷമാപണം നടത്തി അവൻ അവളെയും കൂട്ടി പുറത്തേയ്ക്കു പോയി.

കറക്കവും ഷോപ്പിങ്ങുമൊക്കെയായി രണ്ടുമൂന്നുദിവസം കൂടി അവിടെ ചിലവഴിച്ചശേഷമാണ് അവർ നാട്ടിലേയ്ക്കു മടങ്ങിയത്.

വീണ്ടും ഒരാഴ്ചകൂടെക്കഴിഞ്ഞാണ് വികാസ് ബേക്കറിയിൽ പോകാൻ തുടങ്ങിയത്. ശാന്തമായും സന്തോഷമായും കടന്നുപോയ ദിവസങ്ങൾ.

പുതിയ ഇടമായതുകൊണ്ട് അവളുടെ സുരക്ഷയെക്കരുതി പുറത്തേയ്ക്കുള്ള വാതിലുകൾ അവൻ പൂട്ടിക്കൊണ്ടുപോകുന്നതിൽ അവൾക്ക് അസ്വാഭാവികമായി ഒന്നും തോന്നിയുമില്ല. അവളൊറ്റയ്ക്കാകുമ്പോൾ വികാസിന്റെയോ അവളുടെയോ വീട്ടുകാർ ഉപദ്രവിച്ചാലോ എന്ന ഭയവും അവൾക്കുണ്ടായിരുന്നു.

അവൻ പോയിക്കഴിഞ്ഞാൽ വീട്ടുജോലികളെല്ലാം ഒതുക്കി ടിവിയ്ക്കുമുന്നിൽ ചടഞ്ഞുകൂടിയിരിക്കുമവൾ. അല്ലെങ്കിൽ ടെറസിൽ പോയി നിന്നാൽ മതിലിനപ്പുറം മൈതാനത്ത് കുട്ടികൾ കളിയ്ക്കുന്നതുകാണാം.

വാതിൽ പുറത്തുനിന്നുപൂട്ടി വീടിനുചുറ്റുമുള്ള മുറ്റം നന്നായി തൂത്തു വൃത്തിയാക്കിയേ അവൻ ബേക്കറിയിലേയ്ക്ക് പോകൂ. അതിലും അവൾക്ക് അസ്വാഭാവികമായി ഒന്നും തോന്നിയിരുന്നില്ല.

എന്നാൽ ബേക്കറിയിൽ നിന്നുവന്ന് ഉച്ചയൂണും കഴിച്ചൊന്നു മയങ്ങി മടങ്ങിപ്പോകും മുൻപേയും അവൻ ചുറ്റുമുള്ള മുറ്റം അടിച്ചു വൃത്തിയാക്കി പ്പോകുന്നതിനെപ്പറ്റി അവൾ ചോദിച്ചപ്പോൾ എനിക്ക് മുറ്റത്ത് ഇലകളും മറ്റും കിടക്കുന്നതിഷ്ടമല്ല എന്ന ഒഴുക്കൻ മറുപടിയാണ് അവൾക്കുകിട്ടി യത്.

ആ ജോലി അവൾ ചെയ്തോളാം എന്നു പലവട്ടം പറഞ്ഞിട്ടും എന്റെ പെണ്ണ് അടുക്കളയിലേക്കാര്യങ്ങൾ മാത്രം നോക്കിയാൽ മതി എന്നവൻ വിലക്കുകയാണ് ചെയ്തത്.

ഒന്നോ രണ്ടോ ആഴ്ച കഴിഞ്ഞുകാണും, ഒരു ദിവസം ഊണ് കഴിയ്ക്കാ നായി വന്ന വികാസ് ദേഷ്യത്തോടെ വാതിൽ തുറന്ന് കമലയെ മുടിയ്ക്കു കുത്തിപ്പിടിച്ചു ഭിത്തിയിൽ അമർത്തി. “നിന്നെക്കാണാൻ ഞാനില്ലാത്ത നേരം നോക്കി ഏതവനാടീ വരുന്നത്”, ദേഷ്യംകൊണ്ട് മുഖം ആകെ വലിഞ്ഞു മുറുകി ശ്വാസം ആഞ്ഞുവലിച്ച് അവൻ അവളുടെ കഴുത്തിൽ ഇറുകെപ്പിടിച്ചു. വേദനകൊണ്ടും ശ്വാസം കിട്ടാതെയും കമല പിടഞ്ഞു. അവൾക്കു കാര്യം മനസ്സിലായില്ല.

“ആരാണ് ഇന്നിവിടെ വന്നതെന്നാണ് ചോദിച്ചത് ?”

കറന്റ് ബില്ലിനായി റീഡിങ് എടുക്കാൻ വന്നതല്ലാതെ മറ്റാരും വന്നില്ലെന്ന് അവൾ ആണയിട്ടു പറഞ്ഞിട്ടും വിശ്വാസം വരാതെ അവൻ വീടിനുചുറ്റും വല്ല കാലടികളും പതിഞ്ഞിട്ടുണ്ടോ എന്നു നോക്കി നടന്നു.

കമലയെ ബെഡ്റൂമിലിട്ടു പൂട്ടി, ഊണുകഴിയ്ക്കാതെ ദേഷ്യത്തോടെ അവൻ മടങ്ങിപ്പോയി.

ഫോൺ ഉപയോഗിയ്ക്കാൻ അനുവാദമില്ലാത്തതിനാൽ ഇതൊന്നും ആരോടും പറയാനാവാതെ, എന്തുചെയ്യണമെന്നറിയാതെ കമല അസ്വസ്ഥയായി. വികാസിനവളെ സംശയമാണെന്നവൾക്കു മനസ്സി ലായി. അതാണ് ഈ കാട്ടിക്കൂട്ടലുകളൊക്കെ.വീട്ടുകാരെ വെറുപ്പിച്ചി റങ്ങിപ്പോന്നതിനാൽ എങ്ങനെയെങ്കിലും അറിയിയ്ക്കാമെന്നുവച്ചാലും അവർ എങ്ങനെ പ്രതികരിയ്ക്കുമെന്നു പോലും അറിയില്ല. സ്വയം വരുത്തി വച്ചതല്ലേ അനുഭവിയ്ക്കുകതന്നെ.

വൈകിട്ടവൻ മടങ്ങിവന്നത് ഒന്നും സംഭവിയ്ക്കാത്തതുപോലെയായി രുന്നു. അവളോടൊപ്പമിരുന്നു ഭക്ഷണംകഴിച്ചു സമാധാനമായി അവളെ കെട്ടിപ്പിടിച്ചുറങ്ങി.

പക്ഷേ പിറ്റേന്നുമുതൽ പുറത്തേയ്ക്കുള്ള വാതിൽ മാത്രമല്ല ഗേറ്റും പൂട്ടിപ്പോകാൻ തുടങ്ങി എന്നുമാത്രം.

ഒരുദിവസം കമല അടുക്കളയിലായിരുന്ന നേരത്താണ് കിടപ്പുമുറിയുടെ പിന്നിലെ ജനാലയ്ക്കൽ എന്തോ വന്നു ശക്തിയായി ഇടിച്ചത്. വികാസ് വീട്ടിലുണ്ടായിരുന്നില്ല. ഉറക്കെയുള്ള ആ ശബ്ദം കേട്ട് അവളൊന്നു നടുങ്ങി, പിന്നാലെ ആരൊക്കെയോ ഓടുന്ന ശബ്ദം, എന്തൊക്കെയോ ബഹളം. അവൾ വിറച്ചുകൊണ്ട് മെല്ലെ ടെറസിൽ നിന്നും എത്തി നോക്കി.

മതിലിനുള്ളിലേയ്ക്ക് വീണ ഫുട്ബോളെടുക്കാൻ കുട്ടികൾ മതിലുചാടി വന്നതാണ്. അവളുടെ മതിലിനുള്ളിൽ തന്നെ അൽപ്പനേരം തട്ടിക്കളിച്ച് പിന്നെ ബോൾ അപ്പുറത്തേക്കെറിഞ്ഞ് പുറത്തെ പൈപ്പിൽ നിന്ന് വെള്ളവും കുടിച്ച് വന്നതുപോലെതന്നെ കുട്ടികളെല്ലാം മതിലുചാടി ഗ്രൗണ്ടിലേയ്ക്കു പോയി.

അന്നുച്ചയ്ക്ക്...

"ഇതിനല്ലേ നിന്നെ തിരക്കി ആളുകൾ വരുന്നത്? ഞാൻ മാറ്റിത്തരാം നിന്റെ പൂതിയെല്ലാം."

വികാസ് അവളുടെ നെഞ്ചിൽ ആഞ്ഞുതള്ളി, പിന്നോട്ട് മലച്ചുവീണ അവളെ പിടിച്ചു തറയിലമർത്തി കാലുകളകത്തി അവളുടെ തുടയിടുക്കിലേയ്ക്ക് അവന്റെ വിരലുകൾ ആഴ്ത്തിയിറക്കി.

കമല വേദനകൊണ്ടു പിടഞ്ഞു.

ശേഷിപ്പ് :

പ്രിയനേ,

അവളുടെ മുലകൾക്കിടയിൽ നിന്നും തുടയിടുക്കിലേക്കുള്ള വഴിയേക്കാൾ മനോഹരമാണ് അവളുടെ പിൻകഴുത്തിലെ ചെമ്പൻ രോമങ്ങൾ വിരിച്ച ഇടവഴി.

അവിടെ നിന്റെ ചുണ്ടുകൾ പതിയുമ്പോൾ ഉടലാകെ പൂക്കുന്ന ഉതിർമുല്ലയാകുമവൾ.

നിന്റെ വിരലൊന്നു തൊടാൻ കൊതിച്ചവളുടെ നെറ്റിയിലേക്കെപ്പോഴും മുടിയിഴകൾ ചാഞ്ഞു വീഴാറുണ്ട്, നെറ്റിയിലൂടൊഴുകി മൂക്കുത്തിക്കല്ലിൽ തൊട്ടവളുടെ ചുണ്ടിൽ നിന്റെ വിരൽ ചുംബിക്കുംനേരം മിഴികളിൽ മിഴിമുത്തി പ്രണയത്തിന്റെ വഴി തിരയാനായി.

കുഞ്ഞു പിണക്കങ്ങൾക്കുള്ള ഒറ്റമൂലിയുമായി അവളുടെ വലംകാതിനു പിന്നിൽ നിന്റെ ചുംബനം കൊതിച്ചിരിക്കുന്നൊരു കാണാമറുകുണ്ട്. അവളുടെ കുഞ്ഞു പിണക്കങ്ങൾക്കുള്ള ഒറ്റമൂലിയുമായി.

മനോഹരമായ വഴികൾ പലതും നീ മറന്നു പോയിരിക്കുന്നു. മനോഹരമാകുമായിരുന്ന പല നിമിഷങ്ങളും.

ഇരുളിലെ പാട്ടുകാർ

ഉറക്കത്തിനും ഉണർവിനും ഇടയിലായിരുന്നു ഡാലിയ. ഇടയ്ക്കിടെ മുറിഞ്ഞും തെളിഞ്ഞും ഓർമ്മയുടെ നേർത്ത നീരൊഴുക്ക്. ആശുപത്രിയിലെ കട്ടിലിൽ കെട്ടിയിട്ട കൈകൾ അനക്കാനാവാതെ അസ്വസ്ഥയായി മൂടിപ്പോകുന്നകണ്ണുകൾ ആയാസപ്പെട്ടുതുറന്ന് അവൾ ചുറ്റും നോക്കി.

അടുത്തുള്ള സ്റ്റാന്റിലെ കുപ്പിയിൽനിന്ന് തുള്ളി തുള്ളിയായ് വീണ് കുഴലിലൂടെ ഞരമ്പിലേയ്ക്ക് ഒഴുകുന്നുണ്ട് വെള്ളം പോലെയെന്തോ... കാറ്റാടിത്തൈകളിൽ നിന്നിറ്റുവീഴുന്ന മഴത്തുള്ളികൾ പോലെ.

അവൾ മെല്ലെ കണ്ണുകളടച്ചു. മയക്കത്തിനുമപ്പുറം മനസിലേയ്ക്ക് മെല്ലെ ഒരു ചിത്രം തെളിഞ്ഞുവന്നു.

അവളുടെ നഷ്ടപ്പെട്ടുപോയ ബാല്യത്തിന്റെ ചിത്രം.

മഴയൊഴിഞ്ഞ ഒരു സായാഹ്നത്തിൽ കടപ്പുറത്തെ കാറ്റാടിത്തൈകൾ കുലുക്കി അതിലൊളിച്ച മഴത്തുള്ളികളെ പെയ്യിച്ചുകൊണ്ട് ഓടിനടക്കുന്ന ഒരുകൊച്ചു പെൺകുട്ടിയും പിന്നാലെ ചിരിച്ചുകൊണ്ടോടിനടക്കുന്ന അവളുടെ പപ്പയും.

അകലെയെവിടെയോ നിന്ന് മമ്മയുടെ സ്വരം കേൾക്കാം.

ബാസ്കറ്റിൽ നിന്നും സാൻഡ്‌വിച്ചും ജ്യൂസും എടുത്തു വച്ച് ഒഴിഞ്ഞ ചാരുബഞ്ചിൽ മമ്മ കാത്തിരിയ്ക്കാൻ തുടങ്ങിയിട്ട് ഏറെ നേരമായിട്ടുണ്ട്...

തിരകളിൽ നനഞ്ഞും മണൽക്കൊട്ടാരമുണ്ടാക്കിയും ക്ഷീണിച്ച് അവൾ മമ്മയുടെ മടിത്തട്ടിലേക്ക് ഓടിയെത്തി.

ഇന്ന് ഈ ആശുപത്രിക്കിടക്കയിൽ കിടക്കുമ്പോഴും ഓടിത്തളർന്ന് മമ്മയുടെ മടിയിലാണ് കിടക്കുന്നതെന്നവൾക്കു തോന്നി. മുടിയിഴകളിലൂടെ മമ്മയുടെ വിരലുകൾ മെല്ലെ മെല്ലെ തലോടുന്നുണ്ട്.

മനോഹരമായി കൊഴിഞ്ഞുപോയ ആ വൈകുന്നേരത്തിന്റെ ഓർമ്മയിൽ ഡാലിയ മെല്ലെ പുഞ്ചിരിച്ചു.

അവളുടെ വാടിയ മുഖത്തെ ആ പുഞ്ചിരി കണ്ട് ആശുപത്രിക്കിടക്കയ്ക്കരികിൽ, മയക്കത്തിലേയ്ക്കു വഴുതിയ ഡാലിയയെ നോക്കി അടുത്ത് ഒരു സ്റ്റൂളിലിരുന്ന അവളുടെ ഗ്രാനി റേച്ചലിന്റെ ഒരു കൈ അവളുടെ തലയിൽ മെല്ലെ തടവിക്കൊണ്ടിരുന്നു. അവരുടെ മറുകൈ വിരലുകൾക്കിടയിലൂടെ ജപമാലയുടെ മണികൾ നിശബ്ദം കടന്നുപോവുന്നുണ്ടായിരുന്നു.

ഒഴുക്കില്ലാത്ത ഓർമ്മകളുടെ ചെറിയ ചെറിയ കഷ്ണങ്ങളിലൂടെ പാതി മയക്കത്തിലും അപ്പോഴും എന്തോ തിരയുകയായിരുന്നു ഡാലിയ.

ഓർമ്മകളിൽ ചരൽവിരിച്ച മുറ്റത്ത് സൈക്കിളിൽ ഒരുകൊച്ചു പെൺകുട്ടി, സൈക്കിൾ മറിയാതെ പിടിച്ചിരിയ്ക്കുന്ന കൈകൾ അവളുടെ പപ്പയുടേതാണ്. അവളുടെ പിന്നാലെ ഓടിയോടി ടീഷർട്ട് വിയർപ്പിൽ നനഞ്ഞിരിയ്ക്കുന്നു.

“ലാലീ...”

അകത്തു നിന്ന് മമ്മയല്ലേ വിളിയ്ക്കുന്നത്, സ്നേഹത്തോടെ അവളുടെ ഓമനപ്പേര്!!!?

സ്നേഹത്തിന്റെ സുരക്ഷിതത്വത്തിന്റെ കൈകൾ ചേർത്തുപിടിച്ച ബാല്യത്തിന്റെ മനോഹരമായ ഓർമ്മകൾ ഡാലിയയുടെ മനസ്സിൽ മാറിമാറി തെളിഞ്ഞു.

ഡാലിയയുടെ മുഖത്ത് തെളിയുന്ന ഭാവമാറ്റങ്ങൾ ശ്രദ്ധയോടെ നോക്കിയിരുന്ന റേച്ചൽ ആശുപത്രിയ്ക്കു പുറത്ത് ആംബുലൻസിന്റെ ശബ്ദംകേട്ട് പരിഭ്രാന്തയായി, ഡാലിയ അസ്വസ്ഥയാവുന്നതും മുഖം വലിഞ്ഞുമുറുകി അവളുടെ മുഖഭാവം മാറുന്നതും അവർ മനസ്സിലാക്കി. അവരുടെ കൈയിലിരുന്ന ജപമാല ഒന്നു വിറച്ചു. കണ്ണുനിറഞ്ഞു.

മയക്കത്തിലായിരുന്നെങ്കിലും ആ ആംബുലൻസിന്റെ ശബ്ദംകേട്ട് ഡാലിയയുടെ ഉള്ളിലപ്പോൾ ഉയർന്നത് കാതടപ്പിയ്ക്കുന്ന ഒരൊച്ചയാണ്.

അവൾക്കൊരിയ്ക്കലും മറക്കാനാവാത്ത ആ ദിവസം രാത്രി ഒരു ദൂരയാത്രയുടെ ക്ഷീണവുമായി കാറിന്റെ പിൻസീറ്റിൽ ഉറക്കത്തിലായിരുന്ന

അവൾ ഭീകരമായ ഒരു ഒച്ചയുടെ അകമ്പടിയോടെ കുലുങ്ങിത്തെറിച്ച തുറന്നുപോയ ഡോറിലൂടെ എവിടെയൊക്കെയോ ഇടിച്ച ദൂരേയ്ക്ക തെറിച്ച വീണു.

കൈയും കാലും അനക്കാനാവുന്നില്ല, ചുറ്റും കൂരിരുട്ട്, ആരൊക്കെയോ ഓടിവരുന്നു. ദൂരെ നിന്ന് കാണാനായ ഇത്തിരിവെട്ടം പകർന്നു പടർന്ന് ഒത്തിരിയായി... "അപകടം... അപകടം..." ആൾക്കാർ വിളിച്ചുകൂവുന്നു.

തെറിച്ചകലേയ്ക്ക വീണ അവളിപ്പോൾ ആരുടേയോ കൈകളിലാണ്, അല്പമകലെ കത്തുന്ന കാറിൽ അവരുണ്ട്, അവളുടെ പപ്പയും മമ്മയും.

സൈറൻ മുഴങ്ങുന്നുണ്ട്, ആംബുലൻസാണോ? ഫയറെഞ്ചിൻ? അവൾക്കുറക്കെ കരയണമെന്നുതോന്നി, നാവു തളർന്നപോലെ.

അല്പസമയമെടുത്തു ഡാലിയ ശാന്തയാവാൻ. അവളുടെ ചലനങ്ങളും ശ്വാസഗതിയും ശാന്തമാവുന്നത് റേച്ചൽ ആശ്വാസത്തോടെ നോക്കി യിരുന്നു.

റേച്ചലിന്റെ മനസ്സിലപ്പോൾ തെളിഞ്ഞത് അപകടത്തിൽ കൈകാലുകളിലെ ഒടിവും ശരീരത്തിലെ മുറിവുകളും കൂടാതെ മാനസീ കമായി തകർന്നു പോയ ഡാലിയയുടെ മുഖമാണ്. വാഹനങ്ങളുടെ ഹോൺപോലും ഭയന്ന് ഓടിയൊളിയ്ക്കാൻ വെമ്പിയ കുട്ടി.

അവൾ ചിലപ്പോൾ മൌനിയായി, ചിലപ്പോൾ ഭയന്ന് ഉറക്കെക്കര ഞ്ഞു, ചിലപ്പോൾ കണ്ണിൽക്കണ്ടവരെയെല്ലാം ആക്രമിച്ചു.

അവളെ നോക്കി ഉറങ്ങാതെയിരുന്ന ദിവസങ്ങൾ.

അവസാനനാളിൽ തന്റെ കുഴിമാടത്തിലൊരുപിടി പച്ചമണ്ണുവാ രിയിടാൻ വിധി ബാക്കിവച്ചവളെ തിരിച്ചെടുക്കാൻ അവർ നടത്തിയ എണ്ണമില്ലാത്ത പ്രാർത്ഥനകൾ.

ആഴ്ച്ചകൾ നീണ്ട ആശുപത്രിവാസത്തിനു ശേഷം വീട്ടിലെത്തിയ പ്പോഴേയ്ക്കും ഡാലിയ ഏകാന്തതയേയും ഇരുട്ടിനേയും സ്നേഹിച്ചു തുടങ്ങി യിരുന്നു. ആരോടും പ്രത്യേകിച്ച് ഒരു അടുപ്പവും കാട്ടാതെ, മിണ്ടാതെ, ചിരിയ്ക്കാതെ.

പലപ്പോഴും പ്രാർത്ഥനാമുറിയിലേയ്ക്ക കടന്നുവന്ന് മെഴുകുതിരി രോഷത്തോടെ ഊതിയണച്ച് മുഖം തിരിച്ചു പോകുമായിരുന്നു അവൾ.

ഉപദേശങ്ങളും, ആശ്വസിപ്പിക്കലുകളും, പള്ളിയും പ്രാർത്ഥനകളുമെ ല്ലാം അവൾ വെറുത്തു.

അവളെ അനാഥയാക്കിയ ദൈവത്തിന്റെ ന്യായത്തെ അവൾ ചോദ്യം ചെയ്യാൻ തുടങ്ങി. കൊഞ്ചിയും സ്നേഹിച്ചുമാത്രം പരിചയിച്ച നാവിൽ ദൈവ നിഷേധങ്ങൾ നിറഞ്ഞു തുടങ്ങി.

ഇപ്പോൾ വീണ്ടും അതിനേക്കാൾ മോശമായ അവസ്ഥയിൽ ആശുപത്രിയിൽ അവൾ... റേച്ചൽ തളർച്ചയോടെ കട്ടിൽപ്പടിയിൽ തല ചായ്ച്ചു. അവർക്കു തോൽക്കാനാവില്ല, അവർക്കായി ആകെ ശേഷിക്കുന്നതിവൾ മാത്രമാണ്.

ഡാലിയ ഇടയ്ക്കുണർന്നപ്പോൾ അടുത്ത കട്ടിലിൽ റേച്ചൽ നല്ല ഉറക്കത്തിലായിരുന്നു. സമയമോ ദിവസമോ ഒന്നും നിശ്ചയമില്ലാതെയായിരിക്കുന്നു.

അവൾ തലചെരിച്ച് ജനാലയിലൂടെ നോക്കി. ജനാലയ്ക്കപ്പുറം നിലാവിൽ അടുത്തുള്ള അരിനെല്ലിക്കൊമ്പിൽ ഒന്നു രണ്ടു വവ്വാലുകൾ തൂങ്ങിക്കിടക്കുന്നു.

അതുകണ്ടപ്പോൾ അവളുടെ ചുണ്ടിൽ ഒരു പുഞ്ചിരി വിടർന്നു.

'വവ്വാലുകൾ', തലകീഴായ് കിടന്നു ലോകം കാണുന്നവർ. പറക്കുമ്പോൾ കണ്ണുകളെക്കാളേറെ കാതുകളെ വിശ്വസിക്കുന്നവർ. കാഴ്ചയും കേഴ്വിയും നൽകുന്ന വൈരുദ്ധ്യങ്ങൾക്കിടയിലും ആശയക്കുഴപ്പങ്ങളില്ലാതെ തങ്ങളുടേതായ ലോകം ഇരുളിൽ നിർമ്മിച്ചവർ, ആ ജീവികൾ അവളെ പലതും ഓർമ്മിപ്പിച്ചു.

ശരികൾക്കു സ്ഥായീ ഭാവമില്ലെന്ന്, ശരിയും തെറ്റുമെല്ലാം നിർവ്വചിക്കുന്ന മനസ്സുകളുടെ ആ നേരത്തെ തോന്നൽ മാത്രമെന്ന്.

ഡാലിയയ്ക്ക് അവളുടെ കൗമാരത്തിലെ ചില ദിനങ്ങൾ ഓർമ്മവന്നു.

നിറമുള്ള ഉടുപ്പുകളും പൊട്ടിച്ചിരികളും, തമാശകളും, കുസൃതികളും നിറഞ്ഞ കാമ്പസിലും, ഹോസ്റ്റലിലും അവളുടെ മനസ്സിനിണങ്ങിയ ഒരു കൂട്ടു കണ്ടെത്താനോ പ്രസരിപ്പാർന്ന അവരുടെ ലോകത്തിലേയ്ക്ക് ഇറങ്ങിച്ചെല്ലാനോ എന്തുകൊണ്ടോ ഡാലിയയ്ക്കായില്ല.

അവളുടെ നിഷേധവും നിസ്സഹകരണവും കാരണമാവും ഔപചാരികതയുടെ ഒരു അകലം അവൾക്കും അവിടെയുള്ള മറ്റു കുട്ടികൾക്കുമിടയിൽ അറിയാതെ വന്നു ചേർന്നത്.

ഒറ്റപ്പെട്ട അവളുടെ ജീവിതത്തിൽ മടുപ്പും നിസ്സഹായതയും നിറഞ്ഞു തുടങ്ങി

എങ്കിലും അവധി ദിവസങ്ങളിൽപ്പോലും ഹോസ്റ്റലിൽ നിന്ന് ഗ്രാനിയുടെ അടുത്തേയ്ക്കു പോകാൻ അവൾ മടിച്ചു.

എപ്പോഴും നിറഞ്ഞു നിൽക്കുന്ന അവരുടെ കണ്ണുകളിലും പുഞ്ചിരി മരിച്ച ചുണ്ടുകളിലും അവൾ കണ്ടത് അവളുടെ പപ്പയുടേയും മമ്മയുടേയും കുഴിമാടങ്ങളായിരുന്നു.

ക്ലാസ്സിൽ പോകാതെ കാമ്പസിലെ മഴമരത്തിന്റെ ചുവട്ടിൽ കൊഴിഞ്ഞു വീണ പൂക്കൾക്കിടയിൽ ഒറ്റപ്പെട്ടിരുന്ന ഒരു പകലിൽ അവളെത്തേടി ആദ്യമായി അവനെത്തി, 'ലൂയിസ്' എന്ന ലൂസിഫർ.

അന്ന് അവൻ നീട്ടിയ കൈയ്യിൽ എരിഞ്ഞ സിഗരറ്റിന്റെ വളയങ്ങൾക്കുള്ളിൽ കുരുത്ത സൌഹൃദം.

ലൂയി എന്നതിനെക്കാളേറെ ലൂസിഫർ എന്നു വിളിച്ചുകേൾക്കാനാണ് അവൻ ഇഷ്ടപ്പെട്ടത്.

നീളമുള്ള മുടിയും അസാധാരണമായ ഉയരവും അവനെ മറ്റുള്ളവരിൽ നിന്ന് വ്യത്യസ്തനാക്കി. അവനു പ്രിയമുള്ള ഇരുണ്ട വസ്ത്രങ്ങളിൽ അവൻ വലിയ ഒരു കടവാവലിനെ ഓർമ്മിപ്പിച്ചു.

ഉള്ളിലാഴ്ന്നിറങ്ങുന്ന ദൃഷ്ടിയാൽ അവളുടെ ഒറ്റപ്പെടലിന്റെ തായ്‌വേര് ചികഞ്ഞ്, സൌമ്യമായ സംഭാഷണങ്ങളിലൂടെ, കരുതലിലൂടെ അവൾക്കൊരു സുരക്ഷിതത്വബോധം നൽകുവാൻ അവനായി.

സിഗരറ്റിന്റെ പുകമറയും, അവളെച്ചുറ്റി ചിറകുകൾപോലെ നീണ്ട കരവലയത്തിന്റെ ചൂടും നൽകി അവൻ അവളുടെ ഒറ്റപ്പെടലിനെ ഇല്ലാതെയാക്കി

കാമ്പസിന്റെ കാടുപിടിച്ചകോണിലെ കൂറ്റൻ മരത്തിനുകീഴേ ഉതിർന്നു വീണ കടുംചുവപ്പുനിറമുള്ള പൂക്കൾക്കുമേൽ, അവന്റെ അലക്ഷ്യമായി തുറന്നുകിടന്ന കറുത്ത ഷർട്ടിനുപുറത്ത് തടിച്ച ചെയിനിലെ നീറോ ക്രോസിലും ബലിഷ്ഠമായ കൈത്തണ്ടയിൽ പച്ചകുത്തിയ നക്ഷത്ര ചിഹ്നത്തിലും കൈയോടിച്ചിരിയ്ക്കുന്നത് അവൾക്കിഷ്ടമായിത്തുടങ്ങി.

അവളുടെ ആവശ്യപ്രകാരം അവളുടെ കഴുത്തിനു പിന്നിലും കൈത്തണ്ടയിലും അതുപോലെ പച്ച കുത്തിക്കൊടുത്തതും അവനായിരുന്നു.

ആ നാളുകളിൽ, സിഗരറ്റിൽ നിന്നും ലഹരിയുടെ മാറിമാറിയുള്ള തലങ്ങൾ അവൾ ആസ്വദിച്ചു തുടങ്ങി. സിരകളിൽ നിറഞ്ഞ ലഹരിയിൽ നഷ്ടങ്ങളെ അവൾ മറന്നു തുടങ്ങി.

ഒരു വാവലിനെപ്പോലെ അവളെ അവന്റെ നെഞ്ചോടൊട്ടി തലകീഴായ് കിടന്ന് ലോകം കാണാൻ പഠിപ്പിച്ചത് അവനാണ്.

ലസ്റ്റ് എന്ന ഐസ്ക്രീം പാർലറിലേയ്ക്ക് അവനോടൊപ്പം അവൾ ആദ്യം കടന്നു ചെന്നത് ഒരു രാത്രി യാത്രയ്ക്കൊടുവിലാണ്.

കാടിനോടുചേർന്ന് അധികമാരും ശ്രദ്ധിയ്ക്കാത്ത ഒരിടം.

മങ്ങിയ വെളിച്ചത്തിൽ ഇരുന്ന ചെറുപ്പക്കാരിൽ ചിലർ അവൾക്കു പരിചിതമായതും അല്ലാത്തതുമായ ഗന്ധങ്ങൾക്കും നേർത്ത പുകപടലത്തിനുമിടയിൽ അവരവരുടെ ലോകത്ത് ഒച്ചയുയർത്താതെ സംസാരിച്ചുകൊണ്ടിരുന്നു.

മറ്റു ചിലർ കണ്ണടച്ച് ധ്യാനത്തിലെന്ന പോലെ കസേരകളിൽ ചാരിക്കിടന്നു.

നാവിലലിഞ്ഞ മധുരത്തിനൊപ്പം സിരകളിൽ നേർത്ത അനുഭൂതിയായി ലഹരി പടർന്നുനിറഞ്ഞപ്പോൾ അവൾ അവന്റെ മാറിൽ ചാഞ്ഞിരുന്നു.

ലസ്റ്റിലേയ്ക്കും പേരറിയാത്ത അതുപോലെയുള്ള ഒരുപാട് ഇടങ്ങളിലേയ്ക്കും ലഹരിതേടി അവനോടൊപ്പം ഒരുപാടുയാത്രകൾ.

തുറന്ന ജീപ്പിലെ അവനോടൊപ്പമുള്ള രാത്രി യാത്രകളും, ശരീരത്തിലെ ലഹരി നിറഞ്ഞ സൂചിക്കുത്തുകളുടെ കാഴ്ചകൾപോലും അവളുടെ മനസ്സിൽ ലഹരി പടർത്തിത്തുടങ്ങിയിരുന്നു.

ഒരു ദിവസം ചില വിചിത്രമായ എഴുത്തുകളും അക്കങ്ങളും രേഖപ്പെടുത്തിയ ചില കടലാസുകൾ അവൻ അവളുടെ മുന്നിൽ തുറന്നുവച്ചു.

ഇരുളിന്റെ രാജാവിനെപ്പറ്റി, അവന്റെ ശക്തികളെപ്പറ്റി, അവനെ പ്രീതിപ്പെടുത്തേണ്ട ആവശ്യകതകളെപ്പറ്റി അവൻ അന്നാണ് ആദ്യമായി അവളോടു പറഞ്ഞത്. സാത്താൻ സേവയുടെ കറുത്ത ഇടനാഴിയിലേക്ക് അവനവളെ ക്ഷണിച്ചു

ആഗ്രഹങ്ങളെന്തും സാധിച്ചുതരാൻ കഴിവുള്ള അതീന്ദ്രിയമായ കഴിവുകൾ പകർന്നുതരാൻ കെൽപ്പുള്ളൊരു ശക്തി. ഒരാൾക്ക് ദേഹവും ദേഹിയും നിയന്ത്രണത്തിലാക്കി ലോകത്തിന്റെ, സമയത്തിന്റെ തന്നെ താളവും ഗതിയും വരുതിയിലാക്കാൻ അവനിലൂടെ കഴിയുമത്രേ.

പക്ഷേ അവനെ പ്രീതിപ്പെടുത്തുക അത്ര എളുപ്പവുമല്ല.

ആ എഴുത്തുകളിലൂടെയും വരകളിലൂടെയും അവൾ കൌതുകപൂർവ്വം

കണ്ണോടിച്ചു.

ഒരു പതിമൂന്നാം തീയതി വെള്ളിയാഴ്ച വളരെ വൈകിയുള്ള ഒരു രാത്രി യാത്രയ്ക്കൊടുവിലാണ് അവനൊപ്പം ആദ്യമായി അവൾ ബ്ലാക്ക് ഹിൽസിൽ എത്തിയത്.

കാടിനുനടുവിൽ കുന്നിനുമുകളിലായി വളരെ പഴയ ഒരു കെട്ടിടത്തിനുചുറ്റും കാട്ടുചെടികൾ പടർന്നു നിറഞ്ഞിരുന്നു.

മരങ്ങളുടെ മറവിൽ വണ്ടിനിർത്തി അവളെ കൈപിടിച്ച് പുറത്തിറക്കിയ അവൻ അവളുടെ വസ്ത്രങ്ങൾ ഓരോന്നായി അഴിച്ചുമാറ്റിയപ്പോൾ അവൾക്കെതിർപ്പൊന്നും തോന്നിയില്ല. എല്ലാം അവനുനൽകാൻ അവളെന്നേ തയ്യാറായിരുന്നു.

പക്ഷേ അവളുടെ പ്രതീക്ഷകൾക്കു വിരുദ്ധമായി അവൻ അവളുടെ കൈപിടിച്ച് കെട്ടിടത്തിനുള്ളിലേയ്ക്കു നടന്നു.

അപ്പോളാണവൾ ശ്രദ്ധിച്ചത്, അവർ മാത്രമല്ല, ഒരുപാടു ചെറുപ്പക്കാർ നഗ്നരായി ഒറ്റപ്പെട്ടും, കൂട്ടായും, ഇണകളുടെ കൈപിടിച്ചുമൊക്കെ കെട്ടിടത്തിനുള്ളിലേയ്ക്കു പോകുന്നുണ്ട്.

ഒരു വിശുദ്ധ പുസ്തകം പടിക്കെട്ടിൽ വച്ചിരുന്നു. അകത്തു കയറുന്നവരെല്ലാം അതിൽ ചവിട്ടിയാണ് കടന്നു പോകുന്നത്.

അകത്തെ ഇരുണ്ട ഹാളിലും അതുപോലെ നഗ്നരായി ഒരുപാടുപേർ ഉണ്ടായിരുന്നു. ചിലരുടെ കാൽവെള്ളയിൽ കുരിശ് പച്ചകുത്തിയിരുന്നു

അകത്തു കയറി അല്പം കഴിഞ്ഞപ്പോഴേയ്ക്കും ലൂസിഫർ മുൻവശം തുറന്ന തലമൂടുന്ന കൈയ്യില്ലാത്ത കറുത്ത വലിയ കുപ്പായമണിഞ്ഞു. അതിന്റെ അരികുകൾക്ക് രക്തച്ചുവപ്പായിരുന്നു.

കൈയിൽ കരുതിയിരുന്ന ബാഗിൽ നിന്ന് അവൻ എന്തൊക്കെയോ എടുത്ത് നിലത്തു നിരത്താൻ തുടങ്ങി.

അവൾ ചുറ്റും നോക്കി.

മുറിയിലെ ചുവരിൽ നിറയെ പല പല എഴുത്തുകളും അക്കങ്ങളും ചിത്രങ്ങളും.

തെക്കു വശത്തെ ഭിത്തിയിലെ ഇരുണ്ട ചിത്രത്തിലെ കൊമ്പുകളും നഖങ്ങളും മാത്രമേ വ്യക്തമാവുന്നുള്ളൂ.

ആ ചിത്രത്തിനു മുന്നിലായി നക്ഷത്രം വരച്ച് അതിനുചുറ്റും

എന്തൊക്കെയോ എഴുതിയ ഒരു മേശയ്ക്കുമുന്നിലേയ്ക്ക് അവൻ അവളെ ആനയിച്ചു.

നക്ഷത്രത്തിനു നടുവിലുമുണ്ട് 'നീറോയുടെ കുരിശ്'.

അവൻ അവളെ അതിനുമേൽ ഉയർത്തിക്കിടത്തി. അവന്റെ മിഴികളിലെ തീഷ്ണതയിൽ മയങ്ങി അവൾ ശാന്തയായിക്കിടന്നു.

അവളുടെ തുടകൾക്കിടയിൽ ഒരു പാത്രത്തിൽ വൈനും മുലകൾക്കിടയിൽ ആർത്തവ രക്തവും ബീജവും കലർത്തിയ ഓസ്തിയും സ്ഥാപിയ്ക്കപ്പെട്ടു.

ചുറ്റും മനം മടുപ്പിയ്ക്കുന്ന.ഗന്ധവുമായി എന്തൊക്കെയോ പുകയുന്നുണ്ട്.

ആൾക്കൂട്ടം കൈകളുയർത്തി മുകളിലേയ്ക്കുനോക്കി എന്തൊക്കെയോ ഉരുവിട്ടുകൊണ്ടിരുന്നു.

അറ്റത്തു സാത്താന്റെ കുരിശുകോർത്ത നീണ്ട ഒരു മാല തെക്കുവശത്തെ ഭിത്തിയിലെ ആ ഇരുണ്ട ചിത്രത്തിനു നേരേ നീട്ടി അവ്യക്തമായ ഭാഷയിൽ എന്തോ ഉരുവിട്ട് നിന്ന ലൂസിഫർ വിരൽത്തുമ്പു മുറിച്ച് രക്തം വൈനിൽ പകർന്നു.

വിചിത്രമായ ഭാഷയിൽ അവ്യക്തമായിനിന്ന പ്രാർത്ഥനകൾ ഇപ്പോൾ ഉറക്കെയാണ്. സിരകളിൽ വല്ലാത്ത ഉന്മാദം നിറയുന്നത് അവളറിഞ്ഞു.

കറുത്ത കുർബാന (ബ്ലാക്ക് മാസ്) അവസാനിപ്പിച്ച് എല്ലാവരും ലഹരിയുടെ ചില്ലകളിൽ ചേക്കേറിത്തുടങ്ങിയപ്പോളാണ് ഒരു സർപ്പമെന്നപോൽ അവൻ അവളുടെമേൽ ഇഴഞ്ഞുകയറിയത്. അപ്പോഴും അവൻ അവ്യക്തമായി എന്തൊക്കെയോ ഉരുവിടുന്നുണ്ടായിരുന്നു.

പിന്നീടുള്ള ചില വെള്ളിയാഴ്ചകളിൽ അവൾ ആ മുറിയിലെ രാത്രി എറെ വൈകിയുള്ള പ്രാർത്ഥനാക്കൂട്ടത്തിലെ അംഗമായി മാറി.

അവനു മുന്നിൽ മേശമേൽ നഗ്നമായ ഉടലുകൾ മാറി മാറി വന്നു.

ഇടയ്ക്ക് അവിടെ അൾത്താരയിൽ ഉരുണ്ട കണ്ണുള്ള വലിയ മൂങ്ങകൾ ബലികഴിയ്ക്കപ്പെട്ടു...അവയുടെ നിലവിളികളെക്കാളുറക്കെ പ്രാർത്ഥനകൾ മുഴങ്ങി.

ആരൊക്കെയോ ഗർഭച്ഛിദ്രം നടത്തിയ ഭ്രൂണങ്ങളുറങ്ങുന്ന ചെറിയ കുപ്പികളുമായി ഇടയ്ക്കെപ്പോഴോ വന്നുപോയി.

ലഹരിയുടെ ചൂടിൽ പല മുഖങ്ങളിൽ ചിലപ്പോൾ ആണും, ചിലപ്പോൾ പെണ്ണുമായി, കഴുത്തറുക്കപ്പെട്ട മൃഗങ്ങളുടെ തുവലുകൾ ചിതറിവീണ നിലത്ത്, ഒരുപാടു ശരീരങ്ങൾ അവളെ ഒറ്റയ്ക്കും കൂട്ടമായും വരിഞ്ഞുമുറുക്കിക്കൊണ്ടിരുന്നു.

അവിടെ ആരും ആരുടേയും സ്വന്തമായിരുന്നില്ല. ആർക്കും ലജ്ജയോ സങ്കോചമോ ഉണ്ടായിരുന്നില്ല.

ഇരുണ്ട ഓർമ്മകളുടെയവസാനം ഡാലിയ ഉറക്കമുണർന്നത് ഏറെ വൈകിയാണ്.

അവളുടെ കവിളിൽ മെല്ലെ തട്ടിവിളിച്ചുകൊണ്ട് അടുത്തുനിന്ന സിസ്റ്ററിനെ അവൾ കണ്ണിമയ്ക്കാതെ നോക്കി. പരിചയമുള്ള മുഖം, പക്ഷേ ആരെന്ന് ഓർത്തെടുക്കാനാവുന്നില്ല.

“ഇന്നലത്തെപ്പോലെ ബഹളംവച്ച് ട്യൂബൊന്നും വലിച്ചൂരി കളയില്ലെങ്കിൽ ഇന്നു കൈ കെട്ടിവയ്ക്കില്ല.” അവളുടെ കൈയിലെ കെട്ടഴിച്ചുകൊണ്ട് പുഞ്ചിരിയോടെ സിസ്റ്റർ പറഞ്ഞു.

അവൾ മറുപടിയൊന്നും പറയാതെ സിസ്റ്ററിനേയും റേച്ചലിനേയും മാറിമാറി നോക്കി.

“മോളെഴുന്നേറ്റ് ബ്രഷൊക്കെ ചെയ്ത് ഒന്നു ഫ്രെഷായി വാ, ഭക്ഷണമൊക്കെ തണുത്തു കാണും ഇപ്പോ.”. റേച്ചൽ പറഞ്ഞതു കേട്ട് അവൾ അനുസരണയോടെ എഴുന്നേറ്റു.

ബ്രഷു ചെയ്യുമ്പോഴും കുളിയ്ക്കുമ്പോഴുമൊക്കെ അവൾ ഓർമ്മകളിൽ ആ സിസ്റ്ററിന്റെ മുഖത്തിനായി പരതി.

‘ അത് റോസിലിന്റെ മുഖം പോലെയല്ലേ ? അതെ റോസിലിനെപ്പോലെ തന്നെ.’ ഒടുവിലാ മുഖം അവൾ ഓർത്തെടുത്തു.

ഡാലിയയുടെ ഓർമ്മകളിലപ്പോൾ റോസിലിന്റെ മുഖമാണ്.

ബ്ലാക്ക് ഹിൽസിലെ ആ ഇരുണ്ട കൂട്ടത്തിൽ അവൾ കണ്ടെത്തിയ പ്രിയപ്പെട്ട കൂട്ട്.

നഴ്സായിരുന്നു അവളും.

പ്രണയവിവാഹത്തിന്റെ ആദ്യനാളുകളിൽത്തന്നെ സ്ത്രീധനത്തിന്റേയും തൊലിവെളുപ്പിന്റേയും പോരായ്മകളുടെ പേരിൽ ഭർത്തൃവീട്ടുകാരുടെ കുത്തുവാക്കുകൾക്കും പീഡനങ്ങൾക്കും ഇരയായവൾ.

ഒടുവിൽ അവനും തള്ളിപ്പറഞ്ഞപ്പോൾ അവൾക്ക് വീട്ടിലേയ്ക്കു മടങ്ങേണ്ടി വന്നു.

പിന്നീട് ലൂയിസിനും മറ്റു സുഹൃത്തുക്കൾക്കുമൊപ്പം ഒരുനാൾ അവളും ബ്ലാക്ക് ഹിൽസിലെത്തി.

അവളോടൊപ്പമാണ് കാടിന്റെ മാറിലേയ്ക്ക് ഇരുട്ടിനെ ഭയമില്ലാതെ ഡാലിയ ആദ്യമായി ഇറങ്ങിനടന്നത്.

കാടിന്റെ ഇരുണ്ട നിഴലുകളുടേയും, നിലാവു പുതച്ച കുന്നിൻപുറങ്ങളുടേയുമൊക്കെ സൌന്ദര്യം അവൾ കണ്ടത് റോസിലിനൊപ്പമായിരുന്നു.

ശരീരത്തിൽ നിന്നും ആത്മാവിനെ മോചിപ്പിച്ച് പ്രപഞ്ച രഹസ്യങ്ങളറിഞ്ഞ് അജയ്യയായി മാറുന്ന നാളുകളായിരുന്നു റോസിലിന്റെ സ്വപ്നം.

അതിനായി മാസംതോറും ആർത്തവരക്തംകൊണ്ട് ചെകുത്താനെ പ്രീതിപ്പെടുത്താനായി ചെയ്യേണ്ട കാര്യങ്ങൾ ഡാലിയയ്ക്ക് പറഞ്ഞുകൊടുത്തതും അവളായിരുന്നു.

പക്ഷേ., കൈത്തണ്ട മുറിച്ച് ഹോസ്ററൽ മുറിയിൽ തണുത്തുകിടന്ന അവളുടെമുഖം ഇപ്പോഴും മനസ്സിലുണ്ട്. അന്നവൾ രണ്ടുമാസം ഗർഭിണിയായിരുന്നു.

അവൾ തന്നെ മരിച്ചതോ അതോ...?

ലൂസിഫർ പറഞ്ഞത് അവൾ ഇരുട്ടിന്റെ മണവാട്ടിയായെന്നാണ്.

പിന്നെയെന്തിനാണ് അവളുടെ അപ്പനും ആങ്ങളമാരും അന്ന് നെഞ്ചത്തടിച്ചു നിലവിളിച്ചത്? അമ്മച്ചി ബോധമറ്റു വീണത്?

ലൂയിസിനെ അതിന്റെ പേരിൽ പോലീസ് അറസ്റ്റുചെയ്തത് എന്തിനാണ്?

ചോദ്യങ്ങൾ...

ഉത്തരം കിട്ടാത്ത ഒരുപാടു ചോദ്യങ്ങൾ.

കുളിമുറിയുടെ കതകിൽ റേച്ചൽ നിർത്താതെ മുട്ടിവിളിയ്ക്കുന്നതു കേട്ടാണ് ഡാലിയ ഓർമ്മകളിൽ നിന്നുണർന്നത്. അവൾ പുറത്തിറങ്ങാൻ വൈകുന്നതിലെ പരിഭ്രാന്തി അവരുടെ സ്വരത്തിലുണ്ടായിരുന്നു.

കുളിച്ചിറങ്ങി ശാന്തയായി വന്നിരുന്ന് ഭക്ഷണം കഴിയ്ക്കുന്ന ഡാലിയയെ റേച്ചൽ ആശ്വാസത്തോടെ നോക്കി.

ദിവസങ്ങളേറെ ആയിരിയ്ക്കുന്നു അവളോടൊപ്പം ആശുപത്രിയിലായിട്ട്.

റോസിലിൻ മരിച്ചന്ന് വൈകുന്നേരം തളർന്ന് അവശയായി അവൾ ഹോസ്റ്റലിൽ നിന്നു വന്നു കയറിയപ്പോൾ കരുതിയത് കൂട്ടുകാരി മരിച്ച വിഷമം കൊണ്ടാണെന്നാണ്.

രാത്രിയായപ്പോഴേയ്ക്ക് ലഹരിയുടെ അമിതമായ ഉപയോഗവും മാനസീക വിഭ്രാന്തിയും കൊണ്ട് ഡാലിയ വല്ലാത്ത ഒരു അവസ്ഥയിലെത്തി.

സ്വയം അപകടപ്പെടുത്തുമെന്ന നിലയിലേയ്ക്ക് എത്തിയപ്പോഴാണ് അടുത്ത ബന്ധുക്കളുടെ സഹായത്തോടെ ഹോസ്പിറ്റലിൽ എത്തിച്ചത്.

ലഹരിയുടെ പിടിയിൽ നിന്നും മാനസീക പ്രശ്നങ്ങളിൽ നിന്നും അവൾ മോചിതയായി വരാൻ നീണ്ട കാലയളവാണു ഡോക്ടർ പറഞ്ഞിരിയ്ക്കുന്നത്.

അതീവ ശ്രദ്ധയോടെ കരുതലോടെ അവൾക്കു സ്നേഹവും ശക്തിയും പകർന്നു കൂടെ നിൽക്കേണ്ട നാളുകൾ.

പിടി വഴുതിയാൽ കൂപ്പുകുത്തുന്നത് തിരിച്ചു വരാനാവാത്ത ആഴങ്ങളിലേയ്ക്കാവും.

ഡാലിയ ഭക്ഷണം കഴിച്ചു വന്നപ്പോഴേയ്ക്കും സിസ്റ്റർ മരുന്നുമായെത്തി.

കാനുലയിലൂടെ മരുന്ന് കടന്നു പോകുന്നതും നോക്കി അവൾ അനുസരണയോടെ കട്ടിലിൽ കിടന്നു.

മരുന്നിന്റെ ശക്തിയിൽ ഡാലിയ മെല്ലെ മയക്കത്തിലാവുന്നതു നോക്കി കിടക്കയ്ക്കരികിലിരുന്ന റേച്ചലിന്റെ ചുണ്ടുകൾ ഇടമുറിയാതെ പ്രാർത്ഥനകൾ ഉരുവിട്ടുകൊണ്ടിരുന്നു.

അപ്പോൾ മയക്കത്തിൽ ഓർമ്മകളുടെ ഊടുവഴികളിലൂടെ ലക്ഷ്യമില്ലാതെ സഞ്ചരിയ്ക്കുകയായിരുന്നു ഡാലിയ.

"ലാലീ..." വിളിയ്ക്കുന്നത് മമ്മയാണ്. പപ്പയുമുണ്ട് കൂടെ. അവർ നിൽക്കുന്നിടം നിറയെ വെളിച്ചമാണ്...സുഖമുള്ള വെള്ളി വെളിച്ചം...

മറുവശം ഇരുളിൽ കൈകൾ വിടർത്തി അവനുമുണ്ട്... ലൂസിഫർ. ചുവന്ന കണ്ണുകളും കൂർത്ത മുഖവുമായി, ഇരുട്ടിലേയ്ക്കു മാടി വിളിച്ചുകൊണ്ട്.

എങ്ങോട്ടു വഴി തിരിയണമെന്ന ആശങ്ക അവളുടെ മനസ്സിനെ കുഴക്കി മറിച്ചു.

മനസ്സിലെ ഇരുളിലേയ്ക്ക് പക്ഷേ വെളിച്ചത്തിന്റെ തരികളാണ് ഉതിർന്നു വീഴുന്നത്.

ഡാലിയ മെല്ലെ കണ്ണുകൾ തുറന്നു.

മനസ്സ് ശാന്തമായ പോലെ.

അവൾ തല ചരിച്ച് നോക്കി.

അടുത്തിരുന്ന റേച്ചലിന്റെ കൈവിരലുകൾക്കിടയിലൂടെ ജപമാലയുടെ മണികൾ ഒഴുകിനീങ്ങിക്കൊണ്ടിരുന്നു.

www.ingramcontent.com/pod-product-compliance
Lightning Source LLC
LaVergne TN
LVHW040802051026
849519LV00007BA/2591
* 9 7 8 9 3 9 0 5 3 5 9 8 9 *